டானியல் அன்ரனி

சிறுகதைகள் | அதிர்வுகள் | கவிதைகள்

டானியல் அன்ரனி

சிறுகதைகள் | அதிர்வுகள் | கவிதைகள்

டானியல் அன்ரனி

கருப்புப் பிரதிகள்

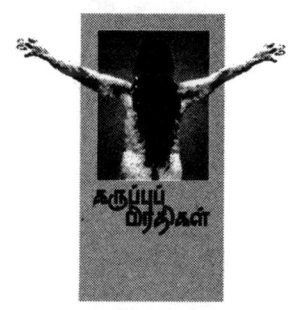

டானியல் அன்ரனி
சிறுகதைகள் | அதிர்வுகள் | கவிதைகள்
© டானியல் அன்ரனி
முதல் பதிப்பு: ஏப்ரல் 2023 (கருப்புப் பிரதிகள்)
முந்தைய பதிப்புகள்: ஜனவரி 1987, ஜூன் 2005

வெளியீடு: கருப்புப் பிரதிகள்
பி 55, பப்பு மஸ்தான் தர்கா, லாயிட்ஸ் சாலை,
சென்னை 600 005.
பேச: 94442 72500
மின்னஞ்சல்: karuppupradhigal@gmail.com
வடிவமைப்பு: ஜீவமணி
அச்சாக்கம்: ஜோதி எண்டர்பிரைசஸ், சென்னை 600 005.

விலை: ரூ. 170.00

Daniel Antony
Sirukathaigal | Athirvugal | Kavithaigal
© Daniel Antony

First Edition: April, 2023 (Karuppu Pradhigal)
Previous Editions: Jan 1987, June 2005
by Karuppu Pradhigal
B55, Pappu Masthan Darga, Lloyds Road,
Chennai 600 005, Tamil Nadu, South India.
Mobile: 94442 72500
Email: karuppupradhigal@gmail.com
Layout: Jeevamani
Printed by: Jothy Enterprises, Chennai 600 005.

Price: ₹ 170.00

ISBN: 978-93-95256-24-7

உலகமெங்கிலும்
அடக்குமுறைக்கும்
ஒடுக்குமுறைக்கும்
எதிராகப் போராடி
மானுட விடுதலைக்காக
மடிந்த போராளிகளுக்கு...

உள்ளடக்கம்

- ☐ காலப்புள்ளி – ஷோபாசக்தி 9
- ☐ இரண்டாம் பதிப்பிற்கான முன்னுரை – ஐ. சாந்தன் 13
- ☐ இரண்டாம் பதிப்பிற்கான மதிப்புரை
  டானியல் அன்ரனியும் 'வலை' சிறுகதைத் தொகுதியும்
  பேராசிரியர். சோ. கிருஷ்ணராஜா 15
- ☐ என்னுள் அன்ரனியும் அவன் படைப்புக்களும் – ராதேயன் 18
- ☐ அமரர் டானியல் அன்ரனியின் வாழ்க்கை வரலாறு 21
1. பருந்துகள் பறந்து கொண்டிருக்கின்றன 25
2. மண் குடிசைகளும் சில மயக்கங்களும் 32
3. கட்டுகள் 40
4. ஒரு வெறும் மனிதனின் மரணம் 51
5. நிலைப்பாடு 59
6. வானம் எப்போதும் இருண்டு கிடப்பதில்லை 72
7. இழப்பு 83
8. வலை 92
9. வெற்றுக் காகிதங்கள் 103
10. உயிர் 112
11. அகல் விளக்கு 119
12. தடம் 122
- ☐ அதிர்வுகள் 129
- ☐ கவிதைகள் 157

நன்றி...

இந்நூலில் வெளியாகியுள்ள
சிறுகதைகளை வெளியிட்டு கவுரவித்த
பத்திரிகைகள், சஞ்சிகைகளான...

- அமிர்த கங்கை
- சிரித்திரன்
- வீரகேசரி
- ஆக்காட்டி
- சிந்தாமணி
- மல்லிகை
- கணையாழி
- தாயகம்
- முகடு
- மாற்று
- சமர்

காலப்புள்ளி

நமது கையிலிருக்கும் இந்தச் சிறிய பிரதி டானியல் அன்ரனி அவர்களுடைய மொத்த எழுத்துகளின் ஒரு பகுதியே. கண்டடைய முடியாதவாறு தொலைந்துபோயிருக்கும் கணிசமானளவு சிறுகதைகளையும், எழுதி முடித்தும் அச்சேறாத 'இரட்டைப்பனை', 'செவ்வானம்' நாவல்களையும் கொண்டது அவரது படைப்புத் தடம். அவர் 'அமிர்த கங்கை' இதழில் எழுதத் தொடங்கியிருந்த குறுநாவல் தொடருக்கு 'தடம்' எனப் பெயரிட்டிருந்தார். அது முழுமையடையாமல் ஓர் அத்தியாயத்தோடு நின்றது போலவே, டானியல் அன்ரனியின் வாழ்க்கைத் தடமும் முழுமை பெறாமல், நாற்பத்தேழு வயதிலேயே அவரின் மறைவு நிகழ்ந்துவிட்டது.

'சமர்' என்ற இலக்கியச் சிறுபத்திரிகையின் ஆசிரியர், சிறுகதையாளர், இலக்கிய விமர்சகர், கவிஞர் எனப் பலதளங்களில் பயணித்த டானியல் அன்ரனியின் ஆயுட்காலம் நீடித்திருப்பின், தமிழ் இலக்கியத்திற்கு அவரிடமிருந்து இன்னும் அதிகமாகவும், செறிவாகவும், புதிது காண்பதாகவும் எழுத்துகள் கிடைத்திருக்கும் என்பதற்கு நம் கையிலிருக்கும் நூலிலேயே சான்றுகளுண்டு.

டானியல் அன்ரனியின் கதையுலகம் விளிம்புநிலை மக்களின் உலகமே. நெய்தல் நிலத்தின் மகனான அவரின் கதைகளில் கடலும், நெய்தல் மக்களின் பண்பாடும், நெய்தல் வட்டார மொழியும் இயல்பாகவே அமைந்துவிடுகின்றன. கடுமையான உழைப்பாளர்களான கடல் தொழிலாளர்களின் வறுமையையும், முதலாளிகளான சம்மாட்டிகளால் அவர்கள் ஒட்ட வறுகப்படுவதையும், கொத்தடிமைகளாக மாற்றப்படுவதையும் மட்டுமல்லாமல்; இந்தத் தொழிலாளர்களைக் கடவுளின் பெயரால் கத்தோலிக்கத் திருச்சபையும், இல்லாத கடவுளுக்குத் தசமபாக காணிக்கை கேட்டுக் கள்ளப் பாதிரிகளும்

சுரண்டுவதையும் நேரடிச் சாட்சியமாக நின்று டானியல் அன்ரனி எழுதிக் காட்டியிருக்கிறார்.

எனவே, இந்தத் தொகுப்பைப் படிக்கும் இரசனை விமர்சனக் கனவான்கள் டானியல் அன்ரனியை 'செங்கொடி' பிடிக்கும் எழுத்தாளர் எனச் சொல்லி நம்மைச் சீண்டக்கூடும். சாதிக்கொடுமை, சீதனம், சுரண்டப்படும் மலையச் சிறுவர்கள், இலங்கை அரசபடைகளின் அராஜகம் என்றெல்லாம் எழுதிச் சென்றிருக்கும் டானியல் அன்ரனியின் பங்களிப்பை 'கட்சி எழுத்தாளர்' என இலக்கிய இந்துத்துவாக்கள் கடந்து செல்லவும் கூடும். ஆனால், நாம் அப்படி டானியல் அன்ரனியை மதிப்பிட்டுவிட முடியாது.

பேராசிரியர்கள் கைலாசபதியும், சிவத்தம்பியும் தமிழ் இலக்கிய விமர்சனத்தில் பெரும் ஆளுமைகளாகச் செயலாற்றிய காலத்திலும், கே. டானியல், டொமினிக் ஜீவா போன்ற இடது எழுத்தாளுமைகள் அதிதீவிரமாக இயங்கிக்கொண்டிருந்த காலத்திலும், சீனச் சார்பு இடதுசாரி இயக்கம் சாதியத்திற்கு எதிராகத் தீவிரமான போராட்டக் களங்களை வடபகுதியில் உருவாக்கிக்கொண்டிருந்த காலத்திலும் எழுத்தாளராக உருவாகி வந்தவர் டானியல் அன்ரனி. முற்சொன்ன ஆளுமைகளுடனும், இயக்கத்துடனும் நேரடித் தொடர்பையும், தொடர்ச்சியான உரையாடல்களையும், கூட்டுச் செயற்பாடுகளையும் கொண்டிருந்தவர் அவர். எனவே இவற்றின் பெருந்தாக்கம் அவரது வாழ்விலும், இலக்கியச் செல்நெறியிலும், எழுத்திலும் இருந்தேயாகும். அதற்கு இத்தொகுப்பும் சாட்சியமாகிறது.

ஆனாலும், கண்பட்டை போடப்பட்ட குதிரை போன்று, இந்தப் போக்குகளுக்குப் பின்னால் வெறுமனே குதித்தோடியவர் அல்ல டானியல் அன்ரனி என்பதற்கும் இத்தொகுப்பே சாட்சியமாகிறது. மேற்சொன்ன முகாமுக்குள் இருந்தே 'மார்க்ஸிய அழகியல்' எனும் இலக்கியப் போக்கின் மீது கேள்வியை எழுப்பியவர் டானியல் அன்ரனி. "காலமாற்றத்தில் மார்க்ஸியமே வெவ்வேறு அர்த்தங்களைக் கொண்டுவரும் போது, 1930–களில் நிலவிய மார்க்ஸிய இலக்கியக் கொள்கை இன்று அர்த்தமுடையதாக இருக்குமா?" எனத் துணிச்சலுடன், மிகச் சரியான கேள்வியைக் கேட்டவர் அவர். இந்தத் தெளிவு அவர் காலத்து முற்போக்கு இலக்கிய எழுத்தாளர்களில் அநேகருக்கு இருந்ததில்லை. இற்றைவரைக்கும் இது பற்றித் தெளியாத வரட்டு இலக்கிய விமர்சகர்களும் நம்மிடையே உள்ளனர்.

இலக்கியச் செயற்பாட்டில் அரசியலின் பங்கு குறித்து எழுதும்போது "வெறும் அரசியலுக்காகக் கலை இலக்கியங்களைப் பயன்படுத்த முற்படும் பொழுது, கலை இலக்கியங்கள் வெறும் அரசியலாகவே மாறிவிடுகின்றன...

அரசியல் மாத்திரம் மிஞ்சி நிற்கும் பொழுது கடப்பாட்டு (கொமிட்டட்) வக்கிரமாகவே நின்றுவிடுகிறது" என்கிறார் டானியல் அன்ரனி. இன்றைக்கு முழுவதுமாகவே இடதுசாரி 'கொமிட்டட்' எழுத்துகளிலிருந்து ஈழத்து – புலம்பெயர் இலக்கியங்கள் தப்பித்துவிட்டாலும், பெருவாரியினர் வழுக்கி விழுந்த இடமோ தமிழ்த் தேசியவாத கொமிட்டட் குழியாக இருக்கிறது என்பதையும் இங்கே குறித்துக்கொள்ளலாம்.

டானியல் அன்ரனி சர்வதேச இலக்கிய விமர்சகர்களின் எழுத்துகளால் உத்வேகம் பெற்றவராவும் இருக்கிறார். அவர்களது வழியே, புதிய சிந்தனைகளைக் குறித்தும், புதிய எழுத்து வடிவங்கள் குறித்தும் அவர் தன்னுடைய கட்டுரைகளில் விவாதிக்கிறார். ஆனால், காலதேவதை அனுமதிக்காததால், அந்த வழியில் அவரால் மேலும் முன் செல்ல முடியாமல் போனது ஈழத்து இலக்கியச் செல்நெறிக்கு இழப்பே.

புதிய இலக்கிய செல்நெறிகளைத் தேடிச் சென்றுகொண்டிருந்த டானியல் அன்ரனி தன்னுடைய கதைகளிலும், கவிதைகளிலும் அவற்றைக் கையாண்டார் என்பதற்கான தடயங்கள் மிகக் குறைவாகவேயுள்ளன. எழுத எடுத்துக்கொண்ட கதைக் கருக்களில் 'கொமிட்டட்' இலக்கியத்திலிருந்து தூரத்தில் நின்று கொண்ட டானியல் அன்ரனி கதைகளின் வடிவமைதியிலும், மொழியாளுகையிலும் ஒரு 'கொமிட்டட் ' எல்லைக்குள்ளேயே நின்றுவிட்டார். முற்போக்கு எழுத்தாளர் சங்க வகைமாதிரிக் கதைச் சட்டகங்களை மீறி அவரது கதைமொழி விரியவில்லை.

ஆனால், வடிவம், மொழி என்ற அழகியல் சங்கதிகளுக்கு அப்பாலும் டானியல் அன்ரனியின் கதைகளுக்கு ஒரு பெறுமானமுண்டு. தனது காலத்தின், தனது நிலத்தின் விளிம்புநிலை மக்களது துயரையும், வறுமையையும், அடிமைத்தளையையும் மட்டுமல்லாமல், அந்த மக்களது பண்பாட்டையும், காதலையும், கொண்டாட்டத்தையும், போர்க்குணத்தையும் தன்னுடைய கதைகளால் மானுடத்தின் காலப் பேரேட்டில் ஒரு புள்ளியாக அவர் பதிவு செய்திருக்கிறார்.

ஈழத்துத் தமிழ் இலக்கியத்தில் டானியல் அன்ரனியின் முதன்மைப் பாத்திரம் 'சமர்' சிறுபத்திரிகையின் ஆசிரியர் என்பதுதான் என்றே நான் மதிப்பிடுவேன். கலை கலைக்காவே வகை 'சுத்த' இலக்கியத்தையோ அல்லது கட்சி சார்ந்த இறுக்கமான கடப்பாடு இலக்கியத்தையோ பின்தொடர்ந்தவரல்ல அவர். இலக்கியம் சமூக மாற்றத்திற்காக அழகியல் கலைவடிவம் என்பது அவரது நோக்கு என்பதை அவரது 'அதிர்வுகள்' கட்டுரைகள் வழியே நாம் அறியக்கூடியதாகயிருக்கிறது. அமைப்பு அல்லது கருத்து எல்லைகளுக்குள்

தன்னைக் குறுக்கிக்கொள்ளாமல், பல்வேறு தரப்புகளது எழுத்துகளையும் சமரில் வெளியிட்டார். ஆக்க இலக்கியம் – இலக்கிய விமர்சனம் – சமூக விடுதலை என்ற முத்தளத்திலும் செயற்பட்ட சமர் பத்திரிகை தமிழ் சிறுபத்திரிகை வரலாற்றின் பெருமைமிகு அடையாளங்களில் ஒன்று.

டானியல் அன்ரனியின் எழுத்துகளைத் தொகுப்பாகப் படிக்கும் போது, நாம் ஒரு காலத்தைப் படிக்கிறோம், பண்பாட்டைப் படிக்கிறோம், போராட்டத்தைப் படிக்கிறோம், விடுதலையைப் படிக்கிறோம்!

- ஷோபாசக்தி

இரண்டாம் பதிப்பிற்கான முன்னுரை

'வலை' சிறுகதைத் தொகுதியின் இரண்டாம் பதிப்பிற்கான முன்னுரையை எழுத உட்கார்ந்ததுமே, ஏறத்தாழப் பதினெட்டாண்டுகட்கு முன் நாவாந்துறை றோ.க.த.க. பாடசாலை மண்டபத்தில் இடம்பெற்ற முதலாம் பதிப்பின் வெளியீட்டு விழா மனதில் வருவதும், தொடர்ந்து அன்ரனி பற்றிய நினைவுகள் வியாபகங் கொள்வதும் தவிர்க்கவியலாதவையாகி விடுகின்றன.

தடித்த கண்ணாடிகளுக்குள்ளால் சுடரும் விழிகளும் நட்புரிமை தொனிக்கும் குரலுமாய் எப்போதும் போல இப்போதும் தோன்றுகிற அன்ரனி... இக்கதைகளைப் புறநிலை நோக்கில் மட்டுமே அணுக வேண்டும் என்பதுதான் இவ்வுரையின் நோக்கமாயுள்ள போதும், மேற்சொன்ன யாவும் இயல்பாகவே மனதில் அடர்ந்து விடுகின்றன. அது கூட இல்லையென்றால் பிறகென்ன இலக்கியம், உரை?

ஆனால் அன்ரனியின் ஆக்கங்கள் உணர்வின் நெகிழ்விலோ, நட்பின் நெருக்கத்திலோ போற்றுதலை யாசித்து நிற்பவையன்று, ஒவ்வொன்றுமே கலையாழத்தாலும், கருத்தின் கனத்தாலும் தம் ஸ்தானத்தைக் கம்பீரமாக நிறுவி நிமிரும் தகைமை வாய்ந்தவை. இத்தொகுதியை இப்போது படித்து முடித்ததும் எழுகிற பெருமூச்சின் பின்னால் இரண்டு காரணங்கள்; ஒன்று – அன்ரனியின் கதைகளில் அழியா ஓவியமாய்த் தீட்டப்பட்டுள்ள அந்த அழகிய நாவாந்துறை, போரின் கொடுமையால் தன் இயல்பான வனப்பிழந்து போயிருக்கும் இன்றைய யதார்த்தம் மற்றது – அப்போதே இப்படி மணி மணியான சிறுகதைகளைச் சிருஷ்டித்திருந்த படைப்பாளி இப்போதிருந்தால், இந்த இவ்வளவு காலத்தில் இன்னும் எவ்வளவு சாதித்திருப்பான்?

அன்ரனிக்கு சிறுகதை பற்றிய தெளிவு இருந்தது; அதைப் படைக்கும் ஆற்றலும் நிறைந்திருந்தது. இவற்றிற்குச் சான்றாய் அமைபவை

இத்தொகுப்பிலுள்ள பத்துக் கதைகளுமே. ஒன்பது, முதற்பதிப்பிலும் ஒன்று பின்னர் 'வெளிச்ச'த்திலும் வெளியானவை.

உருவம் – உள்ளடக்கம் இரண்டும் உயிரும் உடலுமாய்ப் பேதமற்றுப் பிணைந்துலவும் உயிரிகள் அவன் ஆக்கங்கள், அன்ரனி தீவிர சமூக அக்கறை கொண்ட மனிதன்; வாய்ச்சொல் வீரனாகவன்றி செயற்பாட்டாளனாகத் திகழ்ந்தவன். ஆனால் ஈழத் தமிழ் இடதுசாரி எழுத்தாளர் பலரின் படைப்புகளில் தூக்கலாகவே தெரிந்த பிரசங்கப் பலவீனம், அவன் கதைகளில் எள்ளளவும் இருந்ததில்லை; மாறாகத் தம் கருத்தையே கலையாக்கிய பலத்தில் நிமிர்ந்தவை அவன் படைப்புகள். இத்தொகுப்பிலுள்ள ஒவ்வொரு கதையுமே அதற்குச் சான்று. எந்த விஷயத்தை எந்தக் கோணத்தில் சொன்னால் அது சிறுகதையாகும் என்பதற்கும் உதாரணங்கள் இக்கதைகள், அலம்பல், சிலும்பல்கள் இல்லாத செதுக்கல்.

குறிப்பாகச் சொல்ல வேண்டிய இன்றுமொன்று அன்ரனியின் நடை; போலி அலங்காரம், பூச்சு – வேஷமற்ற, இயல்பான – எளிமையும் உறுதியும் வாய்ந்த – நேரடி நடை, அன்ரனியைப் போலவே அவன் மொழிநடையும், அதற்கேற்ற சொல்லாட்சி யாழ் மண்ணுக்கேயுரிய, நாவாந்துறைக் கடலின் உவர்க் காற்றிலூறிய சொற்கள் ஆயிரம், இத்தொகுதி முழுவதும், அதேபோல, இந்த வலையிலகப்பட்ட மாந்தர் யாவருமே, கடலோர மண்ணிற் காலூன்றிக் காற்றோடும் அலையோடும் தம் விதியோடும் இச்சமூக அமைப்போடும் ஓய்வின்றிப் போராடும் மெய்யான மனிதர்கள்.

மனித நேயம், நியாய உணர்வு, பரந்த நோக்கு, போர்க்குணம் – இவையும்; இவற்றிற்கு மேலாகக் கலையாற்றலும் மிளிர வாழ்ந்தவன் அன்ரனி, அதை, இத்தொகுதியின் கதைகள் அனைத்துமே உரத்து எதிரொலிக்கும். ஈழத் தமிழ்ச் சிறுகதை பற்றிப் பேசப் புகுவோர் எவரும் புறந்தள்ள இயலாத ஒரு கதை 'ஒரு வெறும் மனிதனின் மரணம்.' ஆனால் 'அன்ரனியின் அந்த அகால மரணம்' 'ஒரு வெறும் மனிதனின் மரணம்' அன்று. 'ஒரு வெறும் மனிதனின் மரணம்.' ஆனால் 'அன்ரனியின் அந்த அகால மரணம்' 'ஒரு வெறும் மனிதனின் மரணம்' அன்று.

10.05.2005 **ஐ. சாந்தன்.**
சுதுமலை

இரண்டாம் பதிப்பிற்கான மதிப்புரை
டானியல் அன்ரனியும் 'வலை' சிறுகதைத் தொகுதியும்

1992 ஆம் வருடம் பெப்ரவரி மாத இறுதி வாக்கில், யாழ்ப்பாணம் போதனா வைத்தியசாலையில் நோய்வாய்ப்பட்ட நிலையில் அனுமதிக்கப்பட்டிருந்த டானியல் அன்ரனியை ஒருநாள் மாலை பார்த்து வரச் சென்ற பொழுது, வெகு தூரத்திலிருந்தே காலடி ஓசையிலிருந்து எனது வருகையை அனுமானித்துக் கொண்டு படுக்கையிலிருந்து எழுந்திருந்து இங்க வா மச்சான் என வரவேற்றதும், கொழும்புக்குப் போய் வைத்தியம் செய்யட்டாம் - எனக்குப் பயமாயிருக்கிறது எனக் கூறியதும் வலை சிறுகதைத் தொகுப்பின் இரண்டாம் பதிப்பிற்கு அறிமுகவுரை எழுதப் புகும் இக்கணத்திலும் என் காதில் ஒலித்துக்கொண்டிருக்கிறது.

1975 ஆம் ஆண்டு மார்ச் மாதம் யாழ்ப்பாணப் பல்கலைக்கழகத்தில் (அப்பொழுது யாழ்ப்பாண வளாகம்) மெய்யியல் துணை விரிவுரையாளராக நான் இணைந்து கொண்ட பொழுது, வளாகத் தலைவராக இருந்தவர் பேராசிரியர் க. கைலாசபதி. கலைப் பீடாதிபதியாகவிருந்தவர் பேராசிரியர் கா. இந்திரபாலா. இவர்களிருவரும் இளம் விரிவுரையாளர்களாக இருந்த எமக்கெல்லாம் துடிப்புடன் செயற்படக் களமமைத்துத் தந்ததுமல்லாது, கலை பண்பாடு வரலாறு என்பன தொடர்பான பல்வேறு ஆய்வுகளை அறிமுகப்படுத்தியமை இன்றும் நன்றியுணர்வுடன் நினைவு கூரத்தக்கது.

அக்காலத்தில் யாழ்ப்பாணத்திலிருந்த கலை – இலக்கிய ஆர்வலர்களில் பெரும்பாலானோர் வளாகத்திற் கூடுவது வழக்கம். இத்தகைய சந்தர்ப்பங்களில் அவ்வப்பொழுது வெளிவந்த கலை – இலக்கிய முயற்சிகள் பற்றிய கலந்துரையாடல்கள் நிகழும் பல தடவைகளில் பேராசிரியர் கைலாசபதி கலந்து கொள்வதுடன் எம்மை நெறிப்படுத்தும் நோக்கில் பயனுள்ள பல

ஆலோசனையும் கூறுவார். எம்மால் எழுதப்பட்ட கட்டுரைகளை வாசித்து தனது கருத்துகளை கூறுவதுடன், கட்டுரை விடயத்தை எவ்வாறெல்லாம் அணுகலாம் என்று விவாதித்து தொடர்புடைய நூல்களை வாசிக்கும்படி தருவதுண்டு.

அக்காலத்தில் ஆக்க இலக்கிய ஆர்வலர்களும் தமது படைப்புகள் பற்றி பேராசிரியர் கைலாசபதியின் கருத்தை அறிவதில் ஈடுபாடு கொண்டிருந்தமையை நானறிவேன். நண்பர் டானியல் அன்ரனியும் அதில் ஒருவர்.

பேராசிரியர் கைலாசபதியின் ஆலோசனைக்கிணங்க ஆக்க இலக்கியமும் அறிவியலும் என்ற தலைப்பில் 1977 ஆம் ஆண்டில் தமிழ் துறையினரால் நடாத்தப்பட்ட தொடர் கருத்தரங்கிலேயே டானியல் அன்ரனி எனக்கு அறிமுகமானார். காலப்போக்கில் இவ்வறிமுகம் நட்பாகி அன்ரனியின் இறுதிக்காலம் வரை தொடர்ந்தது. பண்ணைக் கடற்கரை, மண்டை தீவு, கல்லுண்டாய் வெளி, காக்கை வெளி என நாம் இருவரும் அலைந்து திரிந்ததுண்டு. அப்பொழுதெல்லாம் புனைகதை இலக்கியம், விமர்சனம் என்பன பற்றியும், தனது முயற்சிகள் பற்றியும், டானியல் அன்ரனி பேசுவதுண்டு.

அவ்வப்போது மு.பொ. யேசுராசா மற்றும் அக்கால இலக்கிய முயற்சிகள் பற்றியும் பேசுவதுண்டு. சமுதாய மாற்றத்திற்கான போராட்டத்தில் கலை இலக்கியங்களும் ஒரு சாதனமே என்பதில் நம்பிக்கை கொண்ட ஒரு இலக்கியவாதி வேறு விதமாக சிந்தித்து இருக்க முடியாது. கலை–இலக்கியம் தொடர்பான அபிப்பிராய வேறுபாடுகள் இவர்களிடையே இருப்பினும் டானியல் அன்ரனி உட்பட, ஓயாத தேடலுடைய கலை இலக்கிய வாதிகளான இவர்கள், ஈழக்கலை கலை இலக்கியப் பரப்பில் எமது தலைமுறையின் சுவடுகளைப் பதித்துள்ளாரென்பதை எவராலும் நிராகரிக்க முடியாது.

சமர் இலக்கிய வட்ட வெளியீடாக 1987 ஜனவரியில் வெளிவந்த டானியல் அன்ரனியின் வலை சிறுகதைத் தொகுதியின் இரண்டாம் பதிப்பு தற்பொழுது வெளிவருகிறது. இத்தொகுதியில் வெளிவந்த சிறுகதைகளனைத்தும் அவ்வப்பொழுது பத்திரிகைகள், சஞ்சிகைகள் என்பவற்றில் வெளிவந்தவை. வெறும் கற்பனையாகவில்லாது, நம்பகத்தன்மையும், வாழ்நிலை அனுபவங்களின் வெளிப்பாடும் இக்கதைகளின் சிறப்பியல்பாகும். சிறுகதைகளின் நிகழ்களம் நாவாந்துறையே ஆயினும் பெரும்பாலான கடலோரக் கிராமங்களின் கதையும் அதுவேயென்ற பொதுமைப் பண்பு காரணமாக இச்சிறுகதைகள் வலுவான தளத்தைப் பெறுகின்றன, அடி

நிலை மக்களின் ஏழ்மையும், அதனால் ஏற்படுகிற அவலங்களுமே இச்சிறுகதைகளின் கருவாகும்.

எடுத்துரைப்பு வடிவமும், அதன் மொழிவழி வெளிப்பாடும் இயல்பானதாய்க் காணப்படுகிறது. இத்தொகுதியிலுள்ள 'நிலைப்பாடு', 'வெற்றுக் காகிதங்கள் ஆகிய சிறுகதைகள் இதற்கு விதிவிலக்கு. வாசகனுக்குத் தொனிப்பொருளாக உணர்த்தப்பட வேண்டியவற்றை சொல்லிப் புரியவைத்தல் இலக்கிய நயப்பிற்குக் குந்தகம் விளைவிக்கும். பெரும்பாலான கதாசிரியர்களின் ஆரம்பகால எழுத்துகளில் இப்படி நேர்வதுண்டு.

இவையெல்லாம் கலையாக்கத்திற்கான பட்டறிவுப் பயிற்சியேயன்றி, குறைபாடல்ல என்பதைப் புரிந்து கொள்ளுதல் வேண்டும். இவற்றினை விரித்துப் பார்ப்பின், தனது கருத்துநிலைச் சார்பை கதைக் கட்டமைப்பினூடாகவே வெளிப்படுத்துவது டானியல் அன்ரனி சிறுகதைகளின் சிறப்பியல்பு கதையோட்டத்திற்கு இடையூறாகவிருக்கும் போதனைகள் அச்சிறுகதைகளில் இல்லை. சிறுகதைகளுக்கான சிறந்த குணாதிசயங்களில் இதுவுமொன்று. வாசகனைத் துணுக்குறச் செய்கின்ற அனுபவம் 'வலை' தொகுதியின் பெரும்பாலான கதைகளிலிருந்து கிடைக்கிறது.

ஈழத்தின் தலைசிறந்த படைப்பாளியான அந்த டானியலுக்குக் கிடைத்தது போன்ற நீண்டகாலக் கலை – இலக்கிய வாழ்க்கை, இந்த டானியல் அன்ரனிக்குக் கிடைக்கவில்லை. டானியல் கதைகளிலிருந்து படைப்புக்கு படைப்பு மெருகேறி 'கானல்' என்ற நாவலில் அந்த டானியல் தன் உச்சத்தை தொட்டார். இந்த டானியலுக்கு அந்த உச்சம் தொடும் வாய்ப்பு காலத்தால் கொடுக்கப்படவில்லை. இருப்பினால் ஏற்படுத்தப்பட்ட சுமைகளுடன் இலக்கியப் பயணத்தை ஆரம்பித்த டானியல் அன்ரனியால் அதில் அதிக தூரம் பயணிக்க முடியவில்லை. தனக்கு கிடைத்த சொற்ப வாழ்நாளில் முதலாவதும் இறுதியான அறுவடையாக வலை சிறுகதை தொகுதியை மட்டும் தர முடிந்தது. சமர் என்ற சஞ்சிகையும் சில காலம் நடந்து முடிந்தது. சாதனைக்கான தொடக்கத்தைக் கண்டோம் அதன் முடிவைக்காண வாய்ப்பில்லாது போய்விட்டது.

03.03.2005   பேராசிரியர். சோ. கிருஷ்ணராஜா

என்னுள் அன்ரனியும் அவன் படைப்புக்களும்

இது வலைக்குள் அடங்கியுள்ள கதைகள் குறித்த கருத்துப் பதிவுகள் அல்ல... ஆர்ப்பரிக்கும் அலைகளை எதிர்த்து சமர் புரிந்து இலக்கிய வலை வீசி மானுடம் பாடிய அன்ரன் என்ற படைப்பாளி குறித்த எனது மனப் பதிவுகள் மட்டுமே. தன்னையே பூசித்து, தன்னைச் சார்ந்தோரையே நேசித்து. தங்களைச் சுற்றியே ஒரு பாதுகாப்பு வியூகம் அமைத்துக் கொண்டு மேதாவித்தனம் காட்டி வந்த இலக்கியவாதிகளில் இருந்து மாறுபட்ட சாமான்ய மனித நேயப் படைப்பாளியான அன்ரனி தான் வாழ்ந்த நாவாந்துறை மண்ணையும், அதன் மக்களையும் மிக மிக நேசித்த மனிதன்.

மனம் சஞ்சலப்பட்டால், புற அழுத்தங்களால் மனம் கனத்திருந்தால் காலாற இந்தக் கடற்கரையோரமாக கொஞ்சத்தூரம் நடந்து அந்தப் படகுகளையும், சூழவுள்ள உழைக்கும் மக்களின் இயல்பான செயற்பாடுகளையும் பார்த்துச் சென்றால் போதும் மனம் இலேசாகிவிடும் என்று அடிக்கடி கூறும் அன்ரனிக்குள் இருந்த இந்த எளிமையான, ஆனால் சிறுமை கண்டு பொங்கும் மனம் அவனோடு நெருக்கமாகப் பழகிய நண்பர்கள் மட்டுமே புரிந்து கொண்ட ஒன்றாகும்.

ஒரு தடவை சசியிடம் (சசி கிருஷ்ண மூர்த்தி) அன்ரனி சொன்னான் இந்த போஸ்ற் ஒவ்பிஸ் ஒரு சிறையடா. இதுக்குள்ள இருந்து கொண்டு சிரித்திரன் ஆசிரியர் சொல்லுற மாதிரி நித்திரை தூங்கி முத்திரை விக்கிற வேலைதான் பார்க்கலாம். ஆனாலும் இதுக்குள்ள இருந்து கொண்டு எங்கடை சனத்துக்கு ஏதாவது செய்யலாம் எண்டு தான் பார்க்கிறன்.

அன்ரனியின் போஸ்ட் ஒவ்பீஸ் ஒரு இலக்கியச் சந்திப்பு மய்யம். அன்ரனி, சசி, பாலகிரி, நான், கமால், மரியதாஸ், இளங்கோவன் என எல்லோருமே

அங்கு கூடுவோம். அங்கிருந்து சிரித்திரன் ஆசிரியர் இல்லம் செல்வோம். அவர் ஒரு நடமாடும் பல்கலைக்கழகம் என்பான் அன்ரனி. சசி ஒரு சீரியசான ஆள் எல்லாவற்றிலும் நறுக்குத் தெறித்தால் போன்று இருப்பான். பொய்மை பிடிக்காது. கலை இலக்கியம் பற்றி தீவிரமான கருத்து நிலைப்பாடுகளைக் கொண்டவன். அன்ரனியும் சசியும் முரண்படும் விடயங்கள் அதிகம். ஆனாலும் நட்புணர்வுக்குப் பாதிப்பு ஏற்படாது மோதிக்கொள்ளும் அவர்கள், தாமோதர விலாஸ் தேத்தண்ணி அல்லது தோசையுடன் பிரச்சினைக்கு முடிவுகாணும் லயம் அற்புதமான நட்பின் அடையாளம்.

அன்ரனிக்கு இடதுசாரிக் கொள்கைளில் ஈடுபாடு அதிகரிக்கவும் சசிதான் காரணம். கலை இலக்கிய முயற்சிகள் அனைத்தும் புதிய வாழ்க்கைக்கான மாபெரும் போராட்டத்தின் ஒரு பகுதியே என அன்ரனி எனக்குத் தந்த ஒரு புத்தகத்தில் குறிப்பிட்டிருந்தான்.

அவனது இலக்கிய பயணத்திற்கான இலக்கு என்ன என்பது உறுதி செய்யப் போதுமானது. சந்தர்ப்பவாதம் அவனுக்குப் பிடிக்காது. எந்த நெருக்கடிக்குள்ளும் அவன் தனது எழுத்துப் பணியில் தளர்ச்சி கொண்டது கிடையாது. வாசித்தல் அவனுக்கு சுவாசித்தலைப் போன்றது. எந்த வேலையிலும் கையில் ஒரு புத்தகம் இருக்கும். அதை வைத்து அன்ரனியை சில இலக்கியவாதிகள் முதுகுப்பின் நக்கலடிப்பதுமுண்டு. அது அவனுக்கும் தெரியும். ஆனால் அதற்காகத்தன் சுயத்தை மாற்றிக்கொண்டதில்லை.

தடித்த கண்ணாடியூடாக ஊடுருவிப் பார்க்கும் அவனது பார்வையில் ஆழமும், அதே சமயம் ஒரு வகையான அப்பாவித்தனமும் வெளிப்படும். அவன் உதைபந்தாட்ட வீரன். பல இலக்கியவாதிகளுக்கு விளையாட்டுத்துறைகளில் ஈடுபாடோ, ஆர்வமோ இல்லாதிருப்பதுதான் அவர்களின் வறட்சியான விமர்சனப் பார்வைக்கும் கருத்து நிலைப்பாட்டிற்கும் காரணம் என அவன் கூறியதைக் கேட்டிருக்கிறேன்.

சின்னஞ்சிறு அர்த்தமற்ற பிரச்சினைகளையெல்லாம் பூதக் கண்ணாடி போட்டுப் பெரிதாக்கிப் பார்த்து மனித இயல்பையே அவமதிக்கும் வகையில் நடந்து கொள்ளும் இலக்கிய நண்பர்களுடன் பரஸ்பர நட்புறவு என்பதை விசுவாசமற்ற தன்மையுடன் தொடர்வதை அன்ரனி விரும்பியது கிடையாது. விசுவாசமற்ற நட்பைவிட வலிமையான பகை நேர்மையானது என்பான் அவன்.

தினமும் என்னுடன் சண்டைபிடிப்பதற்காகவே எனது வீட்டிற்கு வருவான். நாவலர் பாடசாலை வாசற்படிகளில் அமர்ந்து கலை, இலக்கியம், சினிமா

பற்றிப் பேசுவோம். சண்டைபிடிப்போம். ஆனால் முரண்படாமலே பிரிவோம். ஒருபோதுமே சரியானதை நியாயமானதை அவன் அங்கீகரிக்கத் தவறியதே இல்லை. அதுதான் அன்ரனி என்ற மனிதனின் படைப்புகளின் தனித்துவ அடையாளத்திற்கும் மூலகாரணம். அவனது எழுத்தில் பம்மாத்து எதுவும் கிடையாது. அதில் மண் மணக்கும், கடல் மணக்கும், மனிதம் மணக்கும். ஜீவனுள்ள இலக்கியம் மனிதத்தை மதிப்பவனால்தான் படைக்கப்படும் எனில் அன்ரனி அத்தகைய பிறவியே. காலன் அகாலத்தில் தனதாக்கிக் கொண்டது அவன் உடலையே தவிர ஆத்மாவையல்ல. "அவனது ஆத்மா அவனது வலைக்குள் பாதுகாப்பாக இன்னமும் உயிர்த் துடிப்புடன் என்னுள் அன்ரனி போல் என்றைக்கும் வாழ்ந்தபடி...

- அன்புடன் ராதேயன்.
பிரதம ஆசிரியர், நமது ஈழநாடு.

அமரர் டானியல் அன்ரனியின் வாழ்க்கை வரலாறு

நம்முடைய தரிசனம் உயர்வானதாயும், ஆழமானதாயும் இருக்க நமது தேடல் முயற்சி மிகுந்ததாக இருக்க வேண்டும் என்று தனது குறிப்பில் எவன் குறித்து வைத்தானோ அவன் தனது தேடலை நிறுத்திக் கொண்டான். பிரக்ஞை பூர்வமான படைப்புகளைப் படைக்க வேண்டுமென்ற பேரவாவோடு தன் தேடல் முயற்சியில் சளைக்காது உழன்றவர். சமுதாயத்தின் அடித்தள மனிதனோடு அவனின் துயரில் தோய்ந்து உதவும் மனப்பாங்கு, யாருக்காவது தன்னால் முடியக் கூடிய ஒரு உதவி இருந்தால் அதைச் செய்து அவரைத் திருப்திப்படுத்தும், உதவும் தாராள எண்ணம், எனது கிராமமும் ஏனைய கிராமங்களோடு சேர்ந்து பல துறைகளிலும் முன்னுக்கு வர வேண்டுமென்று அயராது பாடுபட்ட ஒரு நல்ல மனிதாபிமானி. இந்தக் குணங்களின் சொந்தக்காரன் அவன் தான் டானியல் அன்ரனி.

யாழ்ப்பாணத்தில் தமிழர் தம் பாரம்பரியக் கூத்தாகிய நாட்டுக் கூத்திற்குப் புகழ் பெற்ற கிராமங்களில் நாவாந்துறையும் ஒன்று. அந்த நாவாந்துறைக் கிராமத்தில் அண்ணாவியார் டானியல் பெலிக்கான் அவர்களுக்கும் பிலோமினம்மாவிற்கும் மகனாக 1947 ஆம் ஆண்டு ஜூன் மாதம் 13 ஆம் நாள் அன்ரனி பிறந்தான். அய்ந்து சகோதரர்களும் இரண்டு சகோதரியரும் இவருடன் பிறந்தோராவர்.

யாழ் மத்திய கல்லூரியில் கல்வி கற்ற இவர் உதைபந்தாட்ட முன்னணி வீரராக திகழ்ந்தார். உப தபால் அதிபராகக் கடமை பார்த்த போதே இலக்கிய முயற்சிகளில் ஆர்வமுடன் ஈடுபட்டார். இவர் தனது இலக்கிய வழிகாட்டியாக அமரர் பேராசிரியர் கைலாசபதியைக் கொண்டிருந்தமையும் குறிப்பிடற்குரியதாகும்.

இலக்கியத் துறையில் பிரவேசித்த இவரது முதற்கதை 1966 ஆம் ஆண்டு தினபதி இதழில் வெளியானதுடன் பேராதனைப் பல்கலைக்கழகத் தமிழ்ச் சங்கப் போட்டியில் இவரது சிறுகதை முதற்பரிசாக தங்கப்பதக்கத்தையும் பெற்றது.

உப தபால் அதிபர் தொழிலுக்கு முழுக்குப் போட்டுவிட்டு கடற்தொழிலாளர் கூட்டுறவுச் சங்க வெளிக்கள உத்தியோகத்தராகப் பதவி ஏற்றதால் கடற்றொழிலாளரோடும் கிராமிய மக்களோடும் பழகும் பெருவாய்ப்புக் கிடைத்ததோடு அக்கிராமிய மக்களின் வாழ்க்கையை வைத்தே சிறந்த சிறுகதைகளையும் படைக்கும் வாய்ப்பினையும் பெற்றார். இக்காலங்களில் 27.10.1982 அன்று செல்வதி என்னும் பெண்ணை மணந்து இல்லறத்தைத் தொடங்கினார். இதன் பேறாக மூன்று ஆண் குழந்தைகளுக்கும், ஒரு பெண் குழந்தைக்கும் தகப்பனானார். இலக்கிய உலகக் குழந்தையாக சமர் என்ற குழந்தையையும் இவன் சிருஷ்டித்தான்.

தான் பிறந்த மண்ணையும் மக்களையும் அதிகமாக நேசித்ததாலோ என்னவோ இவனது பாத்திரங்கள், கதை நிகழ்விடம் எல்லாம் கடலும் கடற்றொழிலாளர் பற்றியதாகவும் இருப்பதைக் காணலாம். வர்க்க பேதமற்ற ஒரு புரட்சிகரமான சமூக மாற்றத்தைப் பெரிதும் விரும்பிய இவன் தனது இலக்கியத் தடத்தை இறுதிவரை பிறழாது ஓட்டிச் சென்றமை ஒரு சிறப்பானதாகும்.

சிறந்த சமுதாய வசதியாக வளர்ந்த அன்ரனி நாவாந்துறை சென்மேரிஸ் சனசமூக நிலையத் தலைவனாக இருந்து அவ்வூர் மக்களுக்குப் பெரும் சேவைகளை ஆற்றி வந்துள்ளமை குறிப்பிடற்குரியது. விளையாட்டுத் துறையில் (கால்பந்து) நாவாந்துறையை முன்னணியடையச் செய்த பெருமைக்குரியவர்களில் அன்ரனியின் பங்கு முதன்மையானதெனத் துணிந்து கூறலாம். கிராமிய ஒற்றுமை, சமூக மேம்பாடு போன்றவற்றிலும் தன் கவனத்தைச் செலுத்திய அன்ரனி தான் சார்ந்த சமூகத்தின் பிரதிமை வெளிப்பாடாகத் தனது சிறுகதைத் தொகுதிக்கு 'வலை' எனப் பெயரிட்டு காலத்தால் அழியாத இடத்தில் நிற்கின்றார். யாழ் இலக்கியப் பேரவையின் 1993 ஆம் ஆண்டுக்கான சிறந்த நூற்பரிசை இவ்வலை பெற்றுக் கொண்டது.

தமிழீழப் போரின் தாக்கத்தால் வெளிக்களத் தொழில்பாதிப்பினால் இவர் கடமை செய்த கூட்டுறவுச் சங்கம் தனது வெளிக்களப் பகுதியை மூடிய போது 'ஈழநாதம்' பத்திரிகையில் ஒப்பு நோக்குனராகக் கடமையாற்றினார்.

இலக்கிய உலகில் தமிழீழத்தில் மட்டுமல்லாது தமிழகத்து எழுத்தாளர்களுடனும் இவன் தொடர்பு கொண்டிருந்தான்.

குடும்ப வாழ்வில் பாரிய பொருளாதாரத் தாக்கத்தின் மத்தியிலும் பொது வாழ்வையும், சக சேவையையும், இலக்கிய விளையாட்டுப் பணிகளையும் விட்டு ஒதுங்கிவிடாது எல்லாவற்றிற்கும் ஈடுகொடுத்து தளராது நின்ற பெரும் உழைப்பாளி இவன்.

இவன் யாழ் மாவட்ட சனசமூக நிலையக் கூட்டுறவுச் சங்க நிலையங்களின் சமரசச் செயலாளராக இருந்த போது இலக்கியப் போட்டிகளை நடத்தி யாழ் மாவட்ட சனசமூக நிலையங்களையும் இலக்கியப் பணியில் ஈடுபடுத்தி வைத்த பெருமையும் இவனுக்குரியதே ஆகும்.

மண்ணை விட்டு நோயாளியாகக் கொழும்பு சென்ற அன்ரனி 17.03.1994 அன்று ஈழத்தின் செய்தியாகிப் போனான்.

மனிதாபிமானமும் லட்சியப் பற்றுமுள்ள ஒரு படைப்பாளியை ஈழத்து படைப்புலகம் மட்டுமல்ல, தமிழ் கூறும் நல்லுக படைப்பாளர் கூட்டமும் இவரை இழந்துவிட்டது.

(முதல் பதிப்பில் எழுதப்பட்ட
டானியல் அன்ரனியின் வாழ்க்கைக் குறிப்பு)

டானியல் அன்ரனி

1947 –1994

பருந்துகள்
பறந்து கொண்டிருக்கின்றன

மதியம் கடந்து விட்டது. அப்படியிருந்தும் வெயில் தணியவில்லை. சவிரிமுத்தர் ஓட்டமும் நடையுமாக வந்து கொண்டிருந்தார். அவருடைய கையில் ஒன்று வழுக்கை விழுந்த தலையில் இருந்தது. முன்னோக்கிப் பெருத்திருந்த தொந்தி பெருஞ்சுமையாகக் கனக்க மூச்சு இரைக்க இரைக்க பிரதான ஒழுங்கையில் திரும்பினார். எதிரே 'ஜீப்' வண்டியொன்று வேகமாக வந்து கொண்டிருந்தது. ஜீப்பைக் கண்டதும் மரநிழலில் ஒதுங்கும் பாவனையில் கானோரத்தில் நின்ற பூவரச மரத்தடியில் நின்று கொண்டார்.

ஜீப் வண்டி அவரைக் கடந்து எதிர்த்திசையை நோக்கி வேகமாக விரைந்து கொண்டிருந்தது. கடந்து செல்லும் வேகத்திலும் கூட சவிரிமுத்தர் அவனைப் பார்த்து விட்டார். இரு பொலிஸ்காரர்களுக்கிடையில் பெருமாள் இருந்து கொண்டிருந்தான். அவனுடைய பெரிய கண்கள் சவிரிமுத்தரைக் கண்டு கொண்டதும் எதையோ அவசரத்துடன் கேட்க எத்தனிக்கும் வேளையில் வண்டி வெகுதூரம் சென்றுவிட்டது.

அவனுடைய கண்கள். அவை பார்த்த பார்வை. சவிரிமுத்தரின் மனதில் ஏதோ ஒரு உறுத்தல். உடலில் ஒரு கண சிலிர்ப்பு. இனம் புரியாத இரைச்சல்கள். சோர்வுடன் நடந்தார்.

ஒழுங்கை நிறைய சனங்கள். படலை வாசல்களிலும் வேலிகளுக்கு மேலாலும் இன்னும் பலர். 'ஜீப்' வண்டி சென்ற திசையை அவர்கள் பார்த்துக் கொண்டிருந்தனர். தங்களுக்குள்

எதையோ பேசி விமர்சித்துக் கொண்டு அனுதாபப்பட்டுக் கொண்டிருந்தனர். எதையுமே கண்டுகொள்ளாதவராக சவிரிமுத்தர் நடந்து கொண்டே இருந்தார்.

வெய்யிலில் நடந்து வந்த களைப்பில் உடம்பு வேர்வையால் நனைந்திருந்தது. அணிந்திருந்த மேற்சட்டையை களைந்து போட்டுவிட்டு சரு சருவென சடைத்து ரோமங்கள் வளர்ந்திருந்த வெறும் உடம்பை ஆசுவாசத்துடன் அங்கிருந்த ஈசிச்செயரில் சாய்த்துக் கொண்டார்.

கழுத்தில் இரட்டை வடம் சங்கிலி கனத்தது. விரல்களில் கற்கள் பதித்த மோதிரங்கள். கருங்காலித் தடிக்கு பூண் போட்டது போல் மினுமினுத்துக் கொண்டிருந்தன.

"ஆனாசி... ஆனாசி... இவன் செல்லையா வந்தவனோ...?"

சவிரிமுத்தர் போட்ட சத்தத்தில் குசினிக்குள் இருந்தவள் வெளியே வந்தாள்.

"ஏன் இப்பிடி சத்தம் போடுறீங்க. இப்பதான் அவன் கொண்டு வந்து வைச்சிட்டுப் போறான். சாருக்குள்ளதான் இருக்கு..."

"அதை எடுத்துக் கொண்டு வா..."

ஆனாசி விசுக்கென்று சாருக்குள் சென்றாள். வரும் போது அவள் கையில் இருந்த போத்தல்களில் 'கள்' நிரம்பியிருந்தது. சவிரிமுத்தரின் காலடியில் வைத்துவிட்டு அவள் மறுபடியும் குசினிக்குள் போய் விட்டாள்.

சவிரிமுத்தர் கோப்பையில் சிறிது கள்ளை வார்த்து பக்கத்தில் வைத்துவிட்டு புகையிலையைக் கிழித்து சுருட்டத் தொடங்கினார். அவருடைய சிந்தனை எதிலோ லயித்திருந்தது.

"என்ன ஒரு விஷயம் கேள்விப்பட்டீங்களோ. நம்மளோட தொழிலுக்கு நிண்ட பெருமாளையல்லோ பொலிஸ்காரங்கள் பிடித்துக் கொண்டு போறாங்க." குசினிக்குள் இருந்து ஆனாசியின் சத்தம் கேட்டது.

"நானும் வழியில பார்த்துக் கொண்டுதான் வாறன். என்ன நடந்ததாம்..." சவிரிமுத்தர் உணர்ச்சியின்றிப் பேசினார்.

"அவன் கள்ளத் தோணியெண்டு ஆரோ பொலிசுக்கு பெட்டிசம் போட்டிட்டாங்களாம். அதுதான் அவனை வந்து இழுத்துக் கொண்டு போறாங்கள். ஏனெண... அவன இனிமேல் விடமாட்டாங்களா..."

ஆனாசி வெளியே வந்து சவிரிமுத்தருக்குப் பக்கத்தில் நின்று கொண்டாள். சவிரிமுத்தர் மனைவியை ஒரு தடவை நிமிர்ந்து பார்த்தார். மவுனமாக கோப்பையிலிருந்த கள்ளை எடுத்து ஒரு தடவை உறிஞ்சினார். அந்த மூச்சிலே கோப்பை முழுவதும் காலியாகிவிட்டது.

ஆனாசிக்கு அதிசயமாக இருந்தது. இவ்வளவு பெரிய செய்தியைச் சொல்லியும் புருஷன் அக்கறைப்படுத்துவதாக தெரியவில்லை.

"ஏனெண உங்களுக்கு பொலிசில இருக்கிற பெரியவங்களத் தெரியுந்தானே. ஒருக்கா போய் என்னெண்டு தான் பாத்திட்டு வாங்கோவன்..."

சவிரிமுத்தர் மறுபடியும் கள்ளை வார்த்து ஒரு முடறை உறிஞ்சிவிட்டு கள்ளில் தோய்ந்துவிட்ட பெரிய மீசையை தடவி விட்டுக் கொண்டார்.

"பேச்சி... இதுகள் ஒண்டும் உனக்கு விளங்காது. என்ன மாதிரித்தான் தெரிஞ்சவங்களெண்டாலும் லேசில இந்த மாதிரி விசயங்களை விடமாட்டாங்கள்.

ஆனாசி அதற்கு மேல் எதுவும் பேசாமல் போய் விட்டாள். சவிரிமுத்தர் சுற்றி வைத்திருந்த சுருட்டை எடுத்து பற்ற வைத்துக் கொண்டே சிந்தனையில் ஆழ்ந்தார். ஆனாசி கேட்டதற்காக ஏதோ சொல்லி வைத்தார். ஆனால் அவருடைய மனதில் பெருமாளின் விடயம் உறுத்திக் கொண்டிருந்தது. கண்களை மூடிக் கொண்டார்.

சவிரிமுத்தருக்கு நன்றாக நினைவிருந்தது. பத்து வருடங்களுக்கு முன் ஒரு வெள்ளிக்கிழமையாய் இருக்க வேண்டும்... தோணிக் காசுக்கு கொழும்புத் துறைக்குப் போவதற்காக யாழ்ப்பாண பஸ் ஸ்டாண்டில் நின்று கொண்டிருந்தார். அப்பொழுதுதான் பெருமாளைச் சந்தித்தார்.

அவனுக்கு அப்போது பத்து வயதிருக்கும். கறுத்த மேனி; ஊதி மினுமினுப்புடன் இருந்த வயிறு; சிக்குப் பிடிக்காத தலை மயிர்; காவி படிந்து முன்னோக்கி மிதந்து கொண்டிருந்த பற்கள்; பெரிய கண்கள்; பீத்தல் விழுந்த துண்டை இடுப்பில் சுற்றிக் கொண்டு பஸ் கியூவில் நின்றவர்களிடம் பிச்சை கேட்டுக் கொண்டிருந்தான். அவனைக் கண்டதும் சவிரிமுத்தருக்கு ஆனாசியின் நினைவு வந்தது. வெகுநாட்களாகவே வீட்டு வேலைக்கு ஒருவர் வேண்டுமென்று நச்சரித்துக் கொண்டிருந்தாள். இவருடைய வலைக்கும் ஆள் பற்றாக்குறையாக இருந்தது.

"தம்பி... இஞ்சால உன்னத்தான். இஞ்ச வா..."

பெருமாள் திரும்பிப் பார்த்தான். அவன் முகத்தில் என்னதென்று விரித்துரைக்க முடியாத பாவம். அவன் சவிரிமுத்தர் அருகே வந்தான்.

"தம்பி உன்ரை பேரென்ன..."

"பெருமாளுங்க..."

"எந்த ஊர் மோன உனக்கு..."

"பதுளையிங்க..."

"அப்ப வாச்சுப் போச்சு" என்று மனதிற்குள் நினைத்தபடி சவிரிமுத்தர் தொடர்ந்தார்.

"அப்பா... அம்மா... இல்லையோ...?"

"அப்பா செத்துப் போட்டாரு. அம்மா, தங்கச்சி தோட்டத்திலே வேலை செஞ்சிக்கிட்டு இருக்கிறாங்க..."

"ஏன் உனக்குத் தோட்டத்திலே வேலை செய்யப் பிடிக்கேல்லையா?"

"............"

"என்னோட வீட்டுக்கு வாறியா...? உனக்கு சாப்பாடு தந்து உன்ர வீட்டுக்கும் காசு அனுப்பிறன்..."

தயக்கம்.

"ம்... சொல்லன்"

“சரியிங்க...” அவன் சம்மதித்து விட்டான்.

பெருமாள் வீட்டுக்கு வந்த போது சம்மாட்டி சவிரிமுத்தர் சாதாரண சவிரிமுத்தராகத்தான் இருந்தார். பெருமாள் வீட்டில் எடுபிடி வேலைகளைக் கவனித்ததுடன் வலையில் பிடித்து விற்றது போக எஞ்சிய மீன்களை கருவாடு போடுதல், அய்ஸ் போட்டு வைத்தல் போன்ற வேலைகளையும் கூட இருந்து செய்வான்.

அந்தத் தெருப்பிள்ளைகள் எல்லாரும் அவனுக்குச் சினேகிதர். அவனுடைய வயதுக்கு மூத்த ‘அனுபவ’ அறிவும், அதனால் அவன் பேசும் பெரிய விசயங்களையும் ஆச்சரியத்துடன் கேட்பார்கள் கூட விளையாடும் சிறுவர்கள். எப்போதாவது அவர்களுக்குள் சண்டை மூளும். அவனைப் பார்த்து “கள்ளத் தோணி” என்று பட்டம் சொல்லுவார்கள்.

ஆனால் அவன் அந்த வார்த்தையின் அர்த்தத்தைப் புரிந்து கொள்ளாதவன் போல உண்மையில் அவனுக்குப் புரியாமல் கூட இருக்கலாம் - பேசாமல் இருப்பான். ஆனால் “கரிக்கோச்சி” என்று மட்டும் அவனை யாரும் பேசி விட்டால் போதும் கோபம் தலைக்கேற, மூர்க்கத்துடன் - சொன்னவனை வளைத்துப் பிடித்து முதுகில் ஒரு அறை கொடுக்காமல் அடங்கமாட்டான். பற்களை ‘நற நற’வெனக் கடித்துக் கொண்டு பெரிய விழிகளைப் பயங்கரமாக உருட்டுவான். வாயில் வந்த தூசண வார்த்தைகளை எல்லாம் கொட்டிக் கொள்வான்.

சில வேளைகளில் துண்டு பீடிகளைப் பொறுக்கி வீட்டுக் கொல்லைப் புறத்தில் நின்று குடிப்பதைச் சவிரிமுத்தர் கண்டிருந்தாலும் எதுவும் சொல்லுவதில்லை. ஏதாவது ஏசினால் ஓடிப் போய்விடுவான் என்ற பயம். அவருக்கு அவனது சுறுசுறுப்பும் பிடித்திருந்தது.

சில நாட்களில் பெருமாள் சவிரிமுத்தருடன் கடலுக்குப் போகத் தொடங்கி விட்டான். தோணியில் பெருமாள் கால் வைத்த வேளை ‘விடுவலையில்’ கயல் மீன் அள்ளிச் சொரிந்தது. சில வருடங்களிலேயே சவிரிமுத்தர் பல லட்சம் பெறுமதியான ‘மிசின்’ தோணிகளுக்கும், நைலோன் வலைகளுக்கும் அதிபதியாகி ஊரில் பெரிய சம்மாட்டி ஆகிவிட்டார்.

மலைப்பாறையில் பிறந்து கடல் உவரில் ஊறிய பெருமாளின் உடல் உருண்டு திரண்டு தசைக்கோளங்கள் புடைத்து நிற்கும் பருவத்தை எட்டிவிட்டான். அவன் உழைத்த பத்து வருடங்களிலும் வயிறு நிறையச் சாப்பாடு, ஒரு நாளைக்கு இரண்டு கட்டு பீடி, ஞாயிற்றுக் கிழமைகளில் சினிமா பார்க்கக் காசு... இவைதான் அவன் உழைப்புக்குக் கிடைத்தவை.

பத்து வருடங்களாக தாய் சகோதரியை காணாமல் மறந்திருந்த பெருமாளுக்கு சில நாட்களுக்கு முன் திடீரென ஏனோ ஊருக்கு போக வேண்டுமென்று மனம் பேதலித்தது. வேட்கை கொண்ட மனத்தின் விருப்பத்தை சம்மாட்டியாரிடம் வெளியிட்டு, அய்நூறு ரூபா காசு கேட்டான். சுரண்டிப் பிழைத்து சொகுசு அனுபவித்துப் பழக்கப்பட்டுவிட்ட சவிரிமுத்தருக்கு இது பேரிடியாகிவிட்டது.

பெருமாள் செய்யும் வேலையின் பளு, அவனை இழந்தால்... அவன் திரும்பிவராவிட்டாலும்...? அதை நினைத்துப் பார்க்கக்கூட முடியவில்லை. இதனால் பல நாட்களாக கடத்தி வந்தார்.

ஒவ்வொரு நாளும் பெருமாளின் ஊமை முணுமுணுப்பு இரைச்சலாகி வெடித்தது. ஒருநாள் ஊதியம் எதுவுமின்றியே வெளியேறிவிட்டான்.

அடுத்த நாள் சவரிமுத்தரின் ‘பரம விரோதி’ பேதுருவின் ‘நைலோன்’ வலையில் சேர்ந்து விட்டான் என்ற செய்தியை சவிரிமுத்து அறிந்தபோது அதிர்ந்தே போய் விட்டார்.

அந்தப் பெருமாள் இப்பொழுது பொலிசில்.

“என்ன சம்மாட்டியார் கனக்க யோசிச்சுக் கொண்டிருக்கிறீங்க.”

அப்பொழுதுதான் வாசல் படியைத் தாண்டி உள்ளே வந்து கொண்டிருந்த குத்தகைக்காரன் யோணின் உரத்த குரலைக் கேட்டதும் சிந்தனையில் இருந்து சவரிமுத்தர் விழித்துக் கொண்டார்.

“ஓ... குத்தகைக்காரரோ... வா வா நீரும் கொஞ்சம் எடும்...” ஈசிச்சேருக்கு அடியிலிருந்த கள்ளை எடுத்து இன்னொரு கோப்பைக்குள் ஊற்றி அதைக் குத்தகைக்காரனிடம் நீட்டினார்.

“என்ன விஷயம் குத்தகை... இந்த மத்தியான நேரத்தில” சவிரிமுத்தர் வினவினார்.

“ஒன்னுமில்லை சம்மாட்டியார்... நேற்று சுவாமியார் கூப்பிட்டு இந்த முறை பெருநாள் நல்ல முறையில கொண்டாட வேணும் எண்டு சொன்னார்.”

“ஓ... அதுக்கென்ன... சிறப்பாகச் செய்வம்...”

சொல்லிக் கொண்டே சவிரிமுத்தர் கோப்பை முழுவதையும் காலி செய்துவிட்டு, மறுபடியும் கோப்பையை நிரப்பினார். குத்தகைக்காரர் மீண்டும் தொடர்ந்தார்.

“இந்த முறை வழமை போல் கோயில் சோடினைகள், வெடி, மத்தாப்பு எல்லாம் உங்க பொறுப்பு...” குத்தகைக்காரர் இப்போது தானே போத்தலை எடுத்து நிரப்பிக் கொண்டார்.

“அதுக்கென்ன இந்த முறை வாற ஒரு கிழமை உழைப்பை அப்படியே ஒதுக்கிவிடுறன்.”

கோப்பையை நிரப்புவதும் வெறுமையாக்குவதுமாய் சில நிமிடங்கள். சவிரிமுத்தருக்கு சற்று ஏறிவிட்டது. குத்தகைக்காரர் நிதானத்துடன் பேசினார்.

“ஒரு விஷயம் கேள்விப்பட்டியளோ... உங்களை விட்டுப்போட்டு பேதுருவட வலைக்குப் போன அவன் தான்... பெருமாள், அவனைக் கள்ளத்தோணியெண்டு பெட்டிசம் போட்டு பொலிசட்டைப் பிடிச்சுக் கொடுத்துப் போட்டாங்களாம் ஆரோ...”

“ஓம் ஓம்... நானும் வழியில பாத்தன். பாவம் பெருமாள். நல்ல பெடியன்...” சவிரிமுத்தர் அரைமயக்கத்துடன் அனுதாப வார்த்தைகளைக் கொட்டினார்.

“அப்ப நான் வரப்போறன் சம்மாட்டி” என்று கூறிக் கொண்டே குத்தகைக்காரர் எழுந்து மெதுவாக நடந்தார்.

சவிரிமுத்தர் ஒரு நமட்டுச் சிரிப்புடன் அண்ணாந்து பார்த்தார். பருந்துகள் எதையோ தேடிப்பறந்து கொண்டிருந்தன.

⊙

மண் குடிசைகளும் சில மயக்கங்களும்

அவன் தனது குடிசைக்குத் திரும்பிக் கொண்டிருந்த வேளை நள்ளிரவைக் கடந்து விடிந்து கொண்டிருந்தது. நிலம் முற்றாக இன்னும் வெளுக்கவில்லை. அணைக்கப்படாத வீதி விளக்குள் இன்னும் எரிந்து கொண்டுதானிருந்தன.

இரவு பூராவும் 'ரவுண்' முழுவதும் சுற்றித் திரிந்து அவனும் அவனுடைய நண்பர்களும் சுவர்கள், மதில்கள் ஒன்றும் பாக்கியில்லாமல் நாளை வெளிவரவிருக்கும் அவனுடைய அபிமான நடிகனின் புதிய படத்தின் போஸ்டர்களை அப்பொழுதுதான் ஒட்டி முடித்திருந்தார்கள்.

கழிந்து போன இரவில் இழந்து போன நித்திரையின் அழுத்தத்தினால் கண்கள் எரிவு காண, கைகால்கள் சோர்ந்து போய் வலி எடுத்ததுடன், வியர்வையில் ஊறிக் காய்ந்து போன மேனி பிசுபிசுத்து துர்நாற்றமும் வீசத் தொடங்கி விட்டது.

அவனுக்கு இவை ஒன்றும் புதியவையல்ல. ஏற்கனவே பழக்கப்பட்டவை தான். தன்னுடைய அபிமானத்திற்குரிய நடிகனின் புகழ் பரப்புவதற்காக இதைவிட இயல்புக்கு மீறிய பல தியாகங்களையும் செய்யத் தயாராக இருந்தான். அதில் அவனுக்கு ஒரு இன்பம், ஆத்ம திருப்தி, அபரிதமான நம்பிக்கை, பக்தி என்று கூடச் சொல்லலாம்.

கஸ்தூரியார் வீதியைத் தாண்டி பஸ் நிலையத்திற்கு வந்து விட்டான். பஸ் நிலையத்தைத் தாண்டி பண்ணை வீதி வழியாக கிழக்கை நோக்கி கடற்கரையை அண்டிய ஒதுக்குப் புறத்திலுள்ள அவனுடைய குடிசைக்குச் செல்ல வேண்டும்.

பஸ் நிலையத்தைச் சுற்றி கனமான வெளிச்சம் வாரி இறைத்துக் கொண்டிருந்தது. பஸ் வண்டிகள் ஒன்றன் பின் ஒன்றாகப் புறப்படும் உறுமல்கள்.

விடியல் வியாபாரத்துக்காக பல தேநீர் கடைகள் வெளிச்சம் போட்டுத் திறந்து கிடந்தன. திறக்கப்படாத கடைகளின் வெளிச்சத்தின் விழுதுகள் படியாத இருள் கனத்துக் கிடந்த விறாந்தை மூலைகளிலும், கானோரத்துக் கழிவுகள் கொட்டும் சந்துகளிலும், மூடியும் மூடாத உடல்களைப் கிடத்திப் போட்டுக் கவலையற்றுக் கிடந்த 'எளிய' சனங்களில் சில விழித்துக் கொண்ட நிலையில் தங்களுக்குள் கச...முச என்று பேசிக் கொள்வதும், வசவுகளை ஒருவருக்கு ஒருவர் உரத்துப் பரிமாறிக் கொள்வதும் அவனுக்குத் துல்லியமாகக் கேட்டதாகிலும், அவர்கள் பேச்சில் சிதறி விழுந்த பல 'அழுகல்' வார்த்தைகளின் அருவருப்பான அர்த்தங்கள் மனதில் பதிந்ததைத் தவிர வேறு எந்தப் பிரக்ஞையும் அவன் மனதை உறுத்தவில்லை.

சினிமாவில் அவன் அபிமான நடிகன் இதே ஏழைகள் உயர்வுக்காக கனல் தெறிக்க வசனம் பேசும் போதும்... பாட்டுப்பாடும் போதும் உணர்ச்சி வசப்பட்டு உடல் சிலிர்த்து... உற்சாக மிகுதியினால்... கைவிரல்களில் இரண்டை நாக்கின் அடியில் திணித்து ஒலி எழுப்ப ஆரவாரம் செய்யும் அவன் மனம் இப்பொழுது ஏனோ சுரணையற்றுக் கிடந்தது.

பகல் முழுவதும் பரபரப்புடன் யுகம் யுகமாகக் காண முடியாத எதையோ தேடிச் செல்லும் அவசரத்துடன் இயங்கிக் கொண்டிருக்கும் அந்தப் பெரிய பட்டினத்தின் மத்திய பகுதியிலிருந்து செல்லும் பிரதான பாதைகளில் குனிந்து, நிமிர்ந்து வேகமாக பழைய கடுதாசிகளைப் பொறுக்கி சாக்குப் பைகளில் திணித்துக் கொண்டிருக்கும் சில சிறுவர்களைத் தவிர வேறு எதுவித அசுமாத்தமும் இன்றி வெறிச்சோடியே கிடந்தன.

தூரத்தே புகையிரதத்தின் கூவல்... கடகட... ஓசைகள்...

இப்பொழுது அவன் தனியாகத்தான் நடந்து கொண்டிருந்தான். கூட வந்த நண்பர்கள் ஒவ்வொருத்தராகப் பிரிந்து சென்றுவிட்டனர். மீண்டும் பிற்பகலில் சினிமாத் தியேட்டரில் அவர்களுடைய

சங்கமம் நிச்சயிக்கப்பட்டு விட்டது. பல வேலைகள் அங்கு அவர்களுக்காகக் காத்துக் கிடந்தன.

அவன் 'தேவி விலாஸ்' தேநீர் கடை அருகே வந்ததும் பழக்க தோஷத்தில் தொண்டை அரிப்பு எடுத்தது. வறண்டு கிடந்த உதடுகளைச் சற்று உமிழ் நீரினால் நனைத்துக் கொண்டு சட்டைப் பைக்குள் கையைவிட்டுத் துளாவுகிறான்.

பத்துச் சதம்... ஐந்து சதம்... ஒரு சதக்குத்திகள் கைகளில் தட்டுப்படுகின்றன. ஏமாற்றத்தின் எதிரொலியாக முகம் சுண்டிக் கொள்ள, ஒரு சக்கரைப் 'பிளேன் ரீ' குடிக்கலாம் என்ற மனத்தவிப்பும் தானே நழுவிக் கொண்டது.

தொண்டை மீண்டும் எரிவெடுத்தது. கண்களிலும் நித்திரையின் கனப்பு. அங்கும் இங்கும் பார்வையை அலைய விட்டான். வீதி ஓரத்தில் அருகே... தண்ணீர்க் குழாய். விரைந்து சென்று குழாயைத் திறந்து, சொட்டுச் சொட்டாக விழுந்து கொண்டிருந்த நீர்த்துளிகளை கைகளால் ஏந்தி உறிஞ்சித் தொண்டைக்குள் இறக்கினான். நெஞ்சுக்குள்ளும் ஈரக்கசிவு இறங்கியது. முகத்தையும் அழுத்திக் கழுவிக் கொண்டான்.

மீண்டும் சற்று உற்சாகத்துடன் நடக்கத் தொடங்கினான். எதிரே கந்தசாமிதான் வந்து கொண்டிருந்தான். அவனைப் போலவே கந்தசாமியும் தீவிர அபிமானி. பல தடவைகளில் ஒரே படத்தைப் பார்ப்பதில் பல சாதனைகள் செய்தவன் என்பதால் நண்பர்களிடத்தே அவனுக்கு அதிக மதிப்புண்டு.

"என்ன கந்தசாமி, போஸ்டர் ஒட்ட உம்மைத் தேடினம். இங்காலப் பக்கமே காணயில்ல... எங்க போட்டு வாற".

"ஓம் மச்சான், அவசர அலுவலாகச் சாவகச்சேரிக்குப் போட்டு இப்ப படம் பாக்க வேணுமெண்டுதான் வாறன். நீ இப்ப போகயில்லையோ".

"என்னட்ட இப்ப காசில்ல. அடுத்த சோவுக்கு கண்டிப்பா நிப்பன்... ஒருக்கா வீட்ட போட்டு வாறன்."

"ஆ... ஆ... அப்ப அங்க சந்திக்கிறன்".

கந்தசாமி அவனைக் கடந்து போனான். 'எப்படியாவது வீட்டுக்குப் போய் ஒரு இரண்டு ரூபாக் காசு பிரட்டிப் போடவேணும்'. அவன் உறுதியான தீர்மானத்துடன் எட்டிக் கால்களை வைத்துச் சத்திரச் சந்தியடிக்கு வந்து விட்டான். அங்கே கால்கள் நிதானித்து நின்றுவிட்டன. அவன் கண்ட காட்சி...

சில மணி நேரத்துக்கு முன் அவனும் அவனுடைய நண்பர்களும் அரும்பாடுபட்டு ஒட்டிப்போட்டுப் போன படப் போஸ்டர்களை வாளிக் கிணற்றுச் சுவரிலிருந்து கிழித்தெடுத்து... சில சிறுவர்கள் சாக்குப் பைக்குள் அவசர அவசரமாகத் திணித்துக் கொண்டிருந்தார்கள்.

அவன் கண்கள் கோபத்தினால் சிவந்து வெளுத்தன. உதடுகள் துடித்தன. 'நாய் மூதேசிகள்'... அச்சிறுவர்கள் மேல் பாய்ந்து முதுகுப்புறம் வேகமாக அறைந்தான். சிறுவர்கள் சாக்குகளை விட்டு விட்டுச் சிதறி நாலாபக்கமும் ஓடினர்.

மனதிற்குள் கறுவிக் கொண்டே விடுவிடென நடந்தான். சாராயத் தவறணை, பெரிய தபாற்கந்தோர், சேமக்காலை, பொலிஸ் குவார்ட்டர்ஸ், அப்பால் அவனுடைய குடிசை தென்படும் ஒதுக்குப்புறம்.

தூரத்தில் வரும் போதே ஒருவித முடைநாற்றம். புதிய உலகத்திற்குள் புகுந்து கொள்வது போன்ற மனச்சுளிப்பு. எல்லாம் ஒரு கணம்தான். பழையபடி பழகிப் போன சுரணைக் கேடு.

பரந்த குப்பை மேட்டைக் கிளறி எறிந்து இரைதேடும் முனைப்பில் கோழிகள் ஒன்றை ஒன்று கொத்தி விரட்ட, அழுகல் ஒன்றைக் கடித்துக் குதறும் சொறி நாய்களின் உர்... உர்... என்ற உறுமல்கள். ஏற்கனவே காய்ந்து கறுத்துப் போன புழுதி மேனிகள் விளையாட்டுத் திடலாக்கி விட்டிருந்தன.

எங்கு நோக்கினும் சின்னஞ்சிறு குடிசைகள்; மழையில் பாதி கரைந்து போய்விட்ட மண் சுவர்களை மூடிக்கிடந்த பொத்தல் கண்ட கூரைகள். அவற்றைச் சுற்றி கங்குமட்டை அடைப்புக்கள். அவ்வூர் மக்கள் அரும்பாடுபட்டுக் கட்டிய மீனாட்சி அம்மன்

கோயில் கோபுரம் மாத்திரம் எல்லாவற்றுக்கும் மேலாக உயர்ந்து நின்றது.

பண்ணை நெஞ்சு நோய் ஆஸ்பத்திரி இருக்கும் மேற்குப் புறத்தில் சரிந்து கிடக்கும் கிடுகு அடைப்புக்குள் தெரிவதுதான் அவனும் அவனுடைய அப்பு சின்னரும், ஆச்சி செல்லாச்சியும் வாழும் சின்னஞ் சிறு உலகம்.

அவன் குடிசையை அண்மித்துவிட்டான். ஒன்றை ஒன்று பார்த்து உறுமிய நாய்கள் அவனைப் பின் தொடர்ந்து குரைத்துக் கொண்டு ஓடி அருகே வந்ததும், சட்டென இனம் கண்டவை போல வாலையாட்டிக் கொண்டு பின் தங்கிவிட்டன.

படலை என்ற பெயரில் வேலிக்கட்டுடன் தொங்கிக் கொண்டிருக்கும் பழைய 'கார்' கதவுத் துண்டை ஓசைபடாமல் மெதுவாகத் திறந்து கொண்டு உள்ளே சென்றான்.

குடிசை முழுவதும் இருள் மண்டிக் கிடந்தது. செல்லாச்சி வேளைக்கே எழுந்து சாணம் பொறுக்க வயல் பக்கம் போயிருந்தாள். சின்னர்க் கிழவரின் கைவண்டியையும் அங்கே காணவில்லை.

திண்ணை மூலையில் கிடந்த அவனுடைய ஓலைத் தடுக்கு அங்கே இல்லை. நித்திரை கண்ணை விழுத்தியது. தட்டியில் சொருகிக் கிடந்த பேப்பரை எடுத்து திண்ணையில் விரித்துப் போட்டுவிட்டு கைகளை தலைக்கு முட்டுக் கொடுத்துக் கொண்டே அப்படியே சுருண்டு படுத்துக் கொண்டான்.

இப்பொழுது நன்றாக விடிந்து பொழுது உச்சிக்கு ஏறிக் கொண்டிருந்தது. சூரியனின் சுள்ளென்ற வெளிச்சம் முதுகுப்புறம் தெறித்தும் அவன் எழும்பவில்லை. புரண்டு புரண்டு படுக்கிறான். அவனால் சரியாகத் தூங்க முடியவில்லை. மனம் புதிதாகத் திரையிடப்பட்டிருந்த படத்தைப் பற்றியும் அதற்குத் தேவையான இரண்டு ரூபாய் பணத்தைப் பற்றியுமே அலை மோதிக் கொண்டிருந்தது.

படலை திறந்து கொள்ளும் கிறீச் சத்தம். மெதுவாகத் தலையை உயர்த்தி வாசலைப் பார்க்கிறான். அவனுடைய தந்தை சின்னர் அலுப்பாந்தியில் இருந்து வேலை முடிந்ததும் தனது

கைவண்டியைத் தள்ளிக் கொண்டு உள்ளே வந்து முற்றத்து வேப்ப மரத்தின் கீழ் விட்டுவிட்டு, வியர்வை சிந்தி கறுத்து மினுமினுத்துக் கொண்டிருந்த நைந்து போன உடலை, தலையில் கட்டியிருந்த துண்டை அவிழ்த்து துடைத்துக் கொண்டே... ஆயாசத்துடன் உள்ளே வருகிறார்.

அவன் இப்பொழுது எதுவும் அறியாதவன் போல் கண்களை மூடிக் கொண்டு தூங்கும் பாவனையில் நடப்பவற்றைக் கிரகித்துக் கொண்டு கிடந்தான்.

"செல்லாச்சி... செல்லாச்சி..." சின்னர்க் கிழவன் கூப்பிட்டுக் கொண்டே உள்ளே வந்தார். விறாந்தையில், விடிந்து பொழுது ஏறியும் நித்திரையில் புரண்டு கொண்டு கிடந்த ராசனைக் கண்டு கொண்டார்.

கோபத்தினாலும் வேதனையினாலும் உடல் கொதித்தது. அவனுடைய பொறுப்பற்ற போக்கினால் வீட்டில் நடந்து வரும் தொல்லைகளை நினைக்கையில் அவனை வெட்டிப் போட்டால் கூடப் பரவாயில்லை என்பது போல் சிலவேளை யோசிப்பார்.

"செல்லாச்சி... செல்லாச்சி..." மீண்டும் குரல் கொடுத்தபடியே முற்றத்திலிருந்த கிணற்று வாளியை எடுத்துக் கொண்டார் சின்னர்க் கிழவன்.

"எப்பன் பொறுங்க... வாறன்..." குசினிக்குள் தேநீர் வைத்துக் கொண்டிருந்த செல்லாச்சிக் கிழவி குரல் கொடுத்துக் கொண்டே தேத்தண்ணியும் கோப்பையுமாக வெளியே வந்தாள்.

"உவன் ராசன் எப்ப வந்து படுத்தவன்?"

"உப்பதான் வந்து மல்லாந்து கிடக்கிறான்." செல்லாச்சிக் கிழவியும் கோபத்துடன் சீறினாள்.

"இரா முழுவதும் ஊர்லாத்திப் போட்டு காவாலிப் பொடியளோட சேர்ந்து படம் பார்க்கிறது. விடிய வந்து படுக்கிறது. வேலையா வெட்டியா... உவனுக்கு படத்திற்கு மாத்திரம் எங்க இருந்து காசு வருதோ... முருகா..."

சிறுகதைகள் | அதிர்வுகள் | கவிதைகள் 37

"இதுதான் இண்டைக்கு உழைப்பு. மத்தியானத்துக்குப் பாணை எண்டாலும் வேண்டுவம்." சின்னர்க் கிழவன் மடியில் சுற்றியிருந்த சில்லறைக் காசுகளை பக்குவமாக எடுத்துச் சின்னாச்சிக் கிழவியிடம் கொடுத்து விட்டு மெதுவாகக் கிணற்றடிப் பக்கம் நகர்ந்தார். "இதுகள் என்னத்தைக் காணும். நேத்து கனகத்திட்ட வேண்டின கடன்காசு குடுக்கக்கூடக் காணாது."

சின்னாச்சிக் கிழவி தனக்குள் முணுமுணுத்தபடியே திரும்பிப் பார்க்கிறாள். அவன் இன்னும் புரண்டு கொண்டுதான் கிடக்கிறான்.

"டேய் ராசன் எழும்படா. இந்தா தேத்தண்ணியைக் குடி. விடிஞ்சு இவ்வளவு நேரமாப் போட்டுது. வெக்கம் கெட்ட இளந்தாரி."

அவன் எல்லாவற்றையும் கேட்டுக் கொண்டு விழித்தபடிதான் கிடந்தான். ஆயினும் அப்பொழுதுதான் தூக்கத்திலிருந்து விடுபட்டவனைப் போல் அலுப்புடன் எழுந்து பார்த்தான். சின்னாச்சிக் கிழவி புருசன் கொண்டு வந்து கொடுத்த பணத்தை உள் அறையில் கொடியில் கிடந்த சேலைத் தலைப்பில் முடிந்து கொண்டிருந்தாள்.

அவன் கொஞ்சம் கொஞ்சமாகத் தேநீரை உறிஞ்சியபடியே பார்த்துக் கொண்டிருந்தான்.

சில கணங்கள் சென்று மறைந்தன. வெளியே தெருவில் சிறுவர்களின் ஆரவாரக்குரல். அதைத் தொடர்ந்து கூட்டுறவு கடைகளுக்கு பாண் ஏற்றிச் செல்லும் லொறியின் உறுமல் சத்தம் பெரிதாகக் கேட்டது.

குசினிக்குள் இருந்த சின்னாச்சி பரபரப்புடன் வெளியே வந்து அறைக்குள் நுழைந்தாள். சின்னார்க் கிழவன் பசி மயக்கத்தில் சோர்ந்து போய் சுருண்டு கிடக்கிறார்... முனகல் சத்தமும் பெரிதாகக் கேட்டது.

சின்னாச்சிக் கிழவி. கொடியில் கிடந்த சேலையைப் பார்க்கிறாள். அது அவிழ்ந்து கிடந்தது... அவள் அதிர்ச்சியினாலும், ஆத்திரத்தினாலும் உடல் வெட வெடக்க குடிசைக்கு வெளியே வந்தாள்.

“கோதாரியில... கொள்ளையில போவான். உழைக்காம இருந்து தின்னிறதும் பத்தாம... அந்த மனுசன் பாடுபட்டுக் கொண்டு வாறதையும் கொண்டு போய்ப் படத்துக்குக் கொட்டுகிறானே...” அவள் குரல் எடுத்து அழுதாள்.

அவன் எதுவும் கேட்காதவனாய் மறுபடியும் தனது அபிமானத்துக்குரிய நடிகனைத் திரையில் பார்த்துவிடும் தீவிரத்தில் தியேட்டரைத் தேடி நடந்து கொண்டிருந்தான்.

⊙

கட்டுகள்

வானொலியில் ஏதோ சினிமாப் பாடல் இரைந்து கொண்டிருந்தது. அந்தப் பாட்டோடுகூட தானும் முணுமுணுத்துக் கொண்டிருந்தாள் தங்கச்சி பத்மா.

"ஏ... பத்மா... கொஞ்சம் குறைச்சுவை ரேடியோவை. அது குளறுகிறது பத்தாம இவ வேற பாடுறா."

சாப்பிட்டுவிட்டு கைகளைத் துடைத்துக் கொண்டே அடுக்களையிலிருந்து வெளியே வந்தவன் எரிச்சலுடன் சத்தம் போட்டான்.

அவனுடைய உரத்த சத்தம் கேட்டதும் பாட்டு திடீரென தணிந்தது. மழை அடித்து ஓய்ந்த அமைதி. மறுபடியும் மெல்லிய முணுமுணுப்பு.

"விடிஞ்சா பொழுதுபட்டால் ரேடியோவுக்கு பக்கத்திலேதான் படுத்துக்கிடக்கிறாள். வேல வெட்டிக்குச் சொன்னாத்தான் அதுக்க நோகுது... இதுக்க பிடிக்குது என்று சாலம் காட்டுகிறாள். ஒருக்கா இவளை கொஞ்சம் உறுக்கிவை மோன."

அம்மா அடுக்களைக்குள் இருந்தபடியே முறையிட்டாள். இவன் எதுவும் பேசவில்லை. "ஹாங்க"ரில் கொழுவிக் கிடந்த சேட்டை எடுத்துப் போட்டுக் கொண்டான். வாசலில் கிடந்த செருப்பை கால்களில் செருகிக் கொண்டே விறாந்தையை விட்டு இறங்கினான்.

சாப்பாடு வயிற்றுக்குள் இறங்கியதும் உதடுகளில் வழமை போல் ஏற்படும் அரிப்பு. 'எப்படியாவது ஒரு சிகரட் வாங்கிப்

பற்றவைத்து விட வேண்டும்' என்ற மனத்தவிப்புடன் படலையை நோக்கி நடந்தான்.

"தம்பி! மறுபடியும் மழை வரும்போல இருக்கு. குடையை எடுத்துக் கொண்டு போ மோன…" உரத்துக் கூறிக் கொண்டே அடுக்களைக்குள் இருந்து எழுந்து வெளியே வந்த அம்மா அவனை நெருங்கி வந்து மெதுவாகக் குசுகுசுத்தாள்.

"… தம்பி… அக்காவிட விஷயமாக அய்யாவாக்கள் பேசப் போயிருக்கினம். இப்ப வந்து விடுவினம். துலைய போகாம சுறுக்கா வந்துவிடு மோன…"

அவன் பதில் எதுவும் சொல்லவில்லை. மவுனமாகப் படலையைத் திறந்து கொண்டு வெளியே வந்தான். வீதி முழுவதும் இருண்டு கிடந்தது. சற்று நேரத்துக்கு முன் பெய்து ஓய்ந்த மழையினால் மின்சாரத்தில் எங்கேயோ பழுது ஏற்பட்டிருக்க வேண்டும். வீதி விளக்குகள் முழுவதும் அணைந்திருந்தன. மை இருளில் வெள்ளை இராட்சதர்களாய் விளக்குக் கம்பங்கள் பயமுறுத்தின.

வானத்தை நிமிர்ந்து பார்த்தான். மறுபடியும் மேகங்கள் திரண்டு கொண்டு வந்தன. திடுமென மழை வந்துவிடும் போல பயமுறுத்தின. துமி ஒன்று காதுப்பொருத்தில் விழுந்து ஜில்லிட்டது.

அவன் நடையைத் துரிதப்படுத்தினான். 'அம்மா சொன்னது போல குடையைக் கொண்டு வந்திருக்கலாம். விசர் வேலை பாத்திற்றன். இப்ப மழை வந்திற்றால் என்ன செய்யிறது…'

ஒரு கணம் மனம் அங்கலாய்த்தது. மறுகணமே அதை நிராகரித்தது. தன்னைத்தானே மறுபரிசீலனை செய்து கொண்டு விட்டது போல் வெட்கப்பட்டது.

பெரிய மழை பெய்த போதும்கூட விறுமன்களாட்டம் கோவில் வளவில் நின்று நாள் முழுவதும் கால்பந்து விளையாடிக் கொண்டிருந்த அவன் இந்தத் துமியைக் கண்டதும் குடையை நினைத்துக் கொண்டதை நினைத்து தனக்குள் ஏற்பட்ட மாற்றத்தை வியந்தான். அதற்குக் காரணமான அந்த வாழ்வையும் எண்ணிக் கொண்டான்.

சிறுகதைகள் | அதிர்வுகள் | கவிதைகள் 41

அவன் தேகம் புல்லரித்தது. அவன் கொழும்பு பெரிய தபாற்கந்தோரில் "ரெலிபோனிஸ்ட்"டாக உத்தியோகம் ஏற்று ஆறு மாதங்கள்தான் கடந்திருந்தன. அந்த ஆறு மாத காலத்துக்குள் அவனுக்குள் ஏதோவொன்று இருந்து கொண்டு அவனை மாற்றுகின்ற அந்தரிப்பு. அதற்கு எதிராக அவன் போராடுவது போன்ற முனைப்பு. அது குடும்பம் முழுவதையும் பரவிப் பாதித்திருந்தது.

இம்முறை ஊருக்கு இரண்டாவது தடவையாக லீவு எடுத்துக் கொண்டு வந்திருந்தான். அதுவும் அவனுடைய அக்காவின் திருமண விஷயமாகப் பேசி முடிவு செய்ய வேண்டியிருப்பதாக உடன் வரச் சொல்லி அய்யா கடிதம் எழுதியிருந்தார்.

இதில் தன்னிடம் கேட்பதற்கு எதுவும் இருப்பதாக அவனுக்குத் தெரியவில்லை. அக்கா ஏற்கனவே விரும்பிய இடம்தான். அய்யாவும், அம்மாவும் சம்மதப் பட்டால் செய்து கொடுக்க வேண்டியதுதான். முன்னம் இப்படியெல்லாம் அவனுடைய அபிப்பிராயத்தை அறிந்து கொள்ள அவர்கள் முயன்றதில்லை. முன்னுக்கு நின்று சொன்னாலும் வீட்டில் கவனத்துக்கு எடுத்துக் கொள்ளப்பட்டதில்லை.

இப்போது மாத்திரம் ஏன் இந்த நிலைமை? அவன் இப்போது அரசாங்க உத்தியோகஸ்தனாகி விட்டதில் புதிதாக எந்தக் கொம்பும் முளைத்துவிடவில்லையே?

அவனுக்கு உடம்பு முழுவதும் பற்றி எரிவது போல் எரிச்சல் எரிச்சலாக இருந்தது.

அந்த வீட்டில் அவனுக்குக் கிடைக்கும் உபசரிப்பு மரியாதை ஊரில் உள்ளவர்களின் திடீர் கவனிப்பு. அடிக்கொருதரம் குசல விசாரிப்பு. ஆறு வருஷங்களாக அலைந்து வீதிகளில் வேலையில்லாமல் திரிந்த போது...

அந்த வாழ்க்கை. அதில் அனுபவித்த நரகவேதனைகள். சொந்த வீட்டிலேயே அந்நியனாக, புறக்கணிக்கப்பட்ட நிலை. 'ஓ! அந்த நரகம்... அது வரவே வேண்டாம்.'

அவன் தனக்குள்ளே பெருமூச்சு விட்டுக் கொண்டான். அவனுக்குள் யாரையோ எதற்காகவோ பழி வாங்க மூண்டெழும் நெருப்பு.

வீதியில் தண்ணீர் தேங்கி நின்ற குழிக்குள் ஒரு கால் 'சளக்'கென்று இறங்கி விட்டது. ஒரு கணம் தடுமாறி விழப்போனவன் சமாளித்துக் கொண்டே நீருக்குள் அமிழ்ந்து விட்ட ஒரு காலை 'அவக்'கென்று எடுத்தான்.

ஒற்றைச் செருப்பு அறுந்துவிட்டது. இரண்டு செருப்புகளையுமே சுழற்றி வேலிக்கு அப்பால் வீசி எறிந்தான். வெறும் கால்களுடனேயே அந்த நனைந்த வீதியில் 'காயாக' நடந்தான்.

கால்களில் செருப்புகள் அணியாமல்தானே இந்த ஊரிலுள்ள கல் ஒழுங்கைகளிலும்... முள்ளுப் புதர்களிலும்... சேற்று நிலங்களிலும் நடந்து திரிந்தவன். இப்போது என்ன வந்து விட்டது.

சற்று தூரத்தில் அந்த வீதி மிதக்கின்ற சந்தியில் இருக்கும் மணியண்ணரின் கடை திறந்துதான் கிடந்தது. கடைக்கு முன்னால் கொழுவியிருந்த அரிக்கன் லாம்பின் வெளிச்சத்தில் சிலர் சாமான்கள் வாங்கிக் கொண்டு நிற்பது தெரிந்தது.

அவன் எதிரில் சைக்கிளில் யாரோ இருவர் வந்து கொண்டிருந்தனர். அதில் பின்னால் 'கரியரி'ல் குந்தியிருந்தவன் கேட்டான் "என்ன நேரம் அண்ணே இருக்கும்?"

இவன் நேரத்தைக் கவனிப்பதாக மணிக்கட்டைப் பார்த்தான். அப்பொழுதுதான் கைக்கடிகாரம் கட்டிக் கொண்டு வராதது நினைவுக்கு வந்தது. அதனால் என்ன "இப்ப எட்டரை மணி இருக்கும். படம் தொடங்கியிருக்காது. கெதியாப்போனா ரிக்கற் எடுக்கலாம்."

இவன் அவர்கள் கேட்காத கேள்விக்கும்கூட பதில் அளித்துவிட்டு வெறுமையாகக் கிடந்த மணிக்கட்டில் பதிந்திருந்த கைக்கடிகாரத்தின் வடிவத்தை அழுத்தித் துடைத்துக் கொண்டான்.

கடைக்கு முன் அவனைக் கண்டதும் மணியம் அண்ணர் காவிப்பற்கள் தெரிய சிரித்தார். சற்று நேரம் வரை சாமான் வாங்க

வந்து நின்றவர்களுடன் சள்... சள்... என்று எரிந்து விழுந்து கொண்டிருந்தவர் அவர். "என்ன தம்பி எப்ப கொழும்பால வந்தனி... அங்கேயும் மழை நல்லாப் பெய்யுதோ...?"

அவர் வழமையாகக் கேட்கும் கேள்விதான். அதில் எந்தவித வாஞ்சையும் இல்லை. ஒப்புக்காக ஏதாவது சொல்லி வைக்க வேண்டும் என்று நினைத்தவன் அடுத்த கணம் எதையோ நினைத்துக் கொண்டவனாய் மவுனமாகிவிட்டான்.

சின்ன வயதில் எப்போதோ ஒரு நாள் அரை றாத்தல் பாண் வாங்கச் செல்ல வந்து போது ஒரு சதம் குறைந்துவிட்டது என்பதற்காக... வீட்டுக்குத் திரும்பி அனுப்பி வீதியில் இருட்டில் கிடந்த நாய் மேல இடறுப்பட்டு, அதன் கூரிய பற்கள் அவன் தொடையில் பதிய... அம்மா... அம்மா... என்று குளறிக் கொண்டு வீட்டைத் தேடி ஓடிய ஓட்டம்...

"அக்காவுக்கு கல்யாணப் பேச்சு நடக்குது போல் இருக்கு... அதுவும் கனகாலமாக வீட்டோட இருக்கு. குமர் காரியத்தை வசதி வரும் போதே செய்து போட வேணும். பொடியனும் நல்ல குணமுள்ளவன். சோலி சுரட்டுக்குப் போகாத குடும்பம்... தம்பி இந்தச் சம்பந்தத்தை விட்டுடாதீங்க."

மணி அண்ணன் கதைத்துக் கொண்டே தன் அலுவலில் கண்ணாக இருந்தார். அடிக்கொரு தரம் வெற்றிலையைக் கிள்ளி பாக்குச்சீவலை கொடுப்புக்குள் திணித்துக் கொண்டிருந்ததைக் கண்டதும் அவனுக்கு அருவருப்பாக இருந்தது.

பைக்குள் கிடந்த ஒரு ரூபா குற்றியை எடுத்து மணி அண்ணனிடம் நீட்டிக் கொண்டே "இரண்டு பிறிஸ்டல் தா அண்ணே" என்று கேட்டான்.

மணி அண்ணர் அவனை அதிசயமாகப் பார்த்தார். இவன் சிகரட் பற்ற வைத்ததை அவர் ஒரு போதும் கண்டதில்லை. அவர் என்ன, அந்த ஊரிலேயே ஒருவரும் கண்டிருக்க முடியாது.

மூன்று மாதத்திற்கு முன் "நைற் சிவ்ட்" செய்து கொண்டிருந்த போது நித்திரை விழிக்க உதவும் அந்த மருந்தைப் பற்றி, கூட வேலை செய்து கொண்டிருந்த நண்பன் வற்புறுத்தியதின் பேரில் அதைத் தொடக்கி வைத்தான்.

"நாலு பேரோடு... நாலு இடத்தில பழகிறனீங்க இது எல்லாம் குடிக்கத்தானே வேணும்... இதில் என்ன குறையிருக்கு தம்பி."

மணி அண்ணர் தனக்குள் எழுந்த கேள்விக்குத் தானே வியாக்கியானத்தைக் கூறிக் கொண்டு இரண்டு சிகரற்றுகளையும் மிகுதிச் சில்லறைகளையும் கொடுத்தார்.

அவன் ஒரு சிகரட்டைப் பைக்குள் போட்டுக் கொண்டான். மேசையில் கிடந்த காகிதத்துண்டை எடுத்துப் பக்கத்தில் எரிந்து கொண்டிருந்த குப்பி விளக்கில் பிடித்து மற்ற சிகரட்டைப் பற்ற வைத்துக்கொண்டே வீட்டை நோக்கித் திரும்பி நடந்தான்.

அவன் வீட்டுக்கு நாலு வீடு தள்ளி முன்னுக்கு இருக்கும் அமெரிக்கன் பெஷன் வீடுதான் பெரிய தம்பியருடையது. அந்த வீட்டுக்கு முன்வரும் போதெல்லாம் நெஞ்சில் ஒரு படபடப்பு. இதயத்தின் அசைவில் இயந்திர வேகம்...

அன்று ஒரு நாள் இருட்டில் குதிரை உயரத்துக்கு வளர்ந்த அந்த நாயின் மேல் இடறுப்பட்டு...

அந்த சனியன் கேற்றுக்குள் சுருண்டு கிடந்து அவனையே உற்றுப் பார்ப்பது போல்...

அவன் இப்போது பயம் கொள்ளவில்லை. தொடையில் அழுத்தமாகப் பதிந்திருந்த அவற்றின் வடுக்களை மாத்திரம் சாரத்துக்கு மேலால் பார்த்துக் கொண்டான்.

தூரத்தில் குள்ளமான ஒருவன் கைகளை உயர்த்தி வீசி தனக்குள் எதையோ உரத்துப் பேசி பாவனை செய்து கொண்டு வந்தான். கையில் வைத்திருந்த சிகரட்டை வாயில் வைத்து ஒரு தடவை தம் பிடித்து இழுத்துவிட்டு விரல் இடுக்கில் ஒளிப் பொட்டு தெரியாமல் மறைத்துக் கொள்ள நினைத்தவன், மறுகணம் தன்னுடைய செய்கைக்காக வெட்கப்பட்டான்.

"எனக்கு நியாயம் என்று படுகிறதை செய்யிறதுக்கு மற்றவர்களுக்காக ஏன் பயப்பிடவேணும், ஒளிக்க வேணும்?"

தூரத்தில் வந்தவனை இனம் கண்டுகொண்டான். அவனுடைய சிநேகிதன் ஆனந்தன், புதிய நாடகம் ஒன்றின் ஒத்திகையை

வீதியிலேயே தனிமையில் செய்து கொள்கிறான். அப்படி ஒரு பழக்கம் அவனுக்கு. அந்த வழக்கத்துக்காக அவனை "பனியன்" என்று ஏளனமாக முதுகுப்புறம் நின்று பலர் நகைப்பதும் அவனுக்குத் தெரியும். அதற்காக அவன் எப்போதுமே கவலைப்பட்டதில்லை. அது தன்னுடைய கலை ஆர்வம் என்று பெருமைப்பட்டுக் கொள்வான். ஊரிலிருந்த போது இருவரும் சேர்ந்தே பல நாடகங்களை மேடையேற்றியிருக்கின்றனர்.

"என்ன மச்சான்... புது நாடகத்துக்கு ஒத்திகை நடக்குதோ?"

"ஓம்... மச்சான்... இந்த மாதம்... புது நாடகம் அரங்கேத்திறம், சிலம்பு - புதுமையாக இருக்கும்."

இவன் தனக்குள் சிரித்துக் கொண்டான். சிலம்பில் என்ன புதுமை செய்யப்போகிறான்?

இருவரும் சில நிமிடங்கள் தங்கள் பழைய வாழ்க்கைகளைப் பற்றி நினைவு மீட்டுக் கொண்டனர். பல புதிய தகவல்களைப் பரிமாறிக் கொண்டனர். ஆனந்தன் வேலை கிடைக்காததைப் பற்றிக் கவலைப்பட்டுக் கொண்டான். இவன் அலுத்துக் கொண்டான்.

"அப்ப போறதுக்கு இடையில வீட்ட வந்திற்றுப் போ மச்சான். அம்மா கூட நீ வீட்ட வருவதில்லை என்று குறை நினைக்கிறா..."

அவன் நண்பனிடம் விடை பெற்றுக் கொண்டு வீட்டை நோக்கி நடையைத் துரிதப்படுத்தினான்.

அக்கா உள் அறையில் இருந்து பீடி இலை வெட்டிக் கொண்டிருந்தாள். பத்மா வீட்டுக்குள் இருந்து கொண்டு சுற்றியிருந்த சின்னஞ் சிறுசுகளுக்கு தான் சமீபத்தில் பார்த்த தமிழ் சினிமாப் படத்தின் கதையைப் பாவத்துடன் சொல்லிக் கொண்டிருந்தாள்.

அம்மா திண்ணையில் தூண் அருகில் குந்திக் கொண்டு வாசலைப் பார்த்துக் கொண்டிருந்தாள்... அம்மா வாசலில் யாரை எதிர்பார்த்துக் காத்திருக்கிறாள் என்பது அங்குள்ள சகலருக்கும் தெரியும்.

அய்யா வீட்டை விட்டு அம்மான் வீட்டுக்குப் போய் ஒரு மணித்தியாலம் கடந்திருக்கும். அவ்வளவு நேரமும் அங்கு என்ன பேசுவதற்கு இருக்கு என்று அவனுக்கு விளங்கவில்லை.

அவன் வரும்போது புகையிரதத்துக்குள் படிப்பதற்காக வைத்திருந்த நாவலை மீண்டும் கையில் எடுத்துப் பிரித்துப் படிக்கத் தொடங்கினான். அது அலுப்புத் தட்டுகிற அழுகுண்ணிக் காதல் கதை.

வாழ்க்கையின் சாராம்சத்தை அதன் சிக்கல்களை அவனால் அதில் தரிசிக்க முடியவில்லை.

அவன் எப்போதாவது இப்படிப்பட்ட கதைகளைப் படிக்க நேர்ந்திருக்கிறது. அவற்றையே விழுந்து விழுந்து படிப்பவர்களையும் அவனுக்குத் தெரியும்...

ரேடியோ இருந்த மேசைக்குப் பின்னாலும், அவை போல் சில புத்தகங்களும் அவன் கண்ணுக்குத் தட்டுப்பட்டன...

அது தங்கச்சியின் வேலையாகத்தான் இருக்க வேண்டும் என்று அவன் ஏற்கனவே ஊகித்துக் கொண்டான். அவன் புத்தகத்தை மூடி வைத்துவிட்டு வெள்ளைத் தாள் ஒன்றைக் கிழித்து எடுத்து அறை நண்பன் ஏரம்பமூர்த்திக்கும், கந்தோரில் வேலை செய்யும் ரஞ்சினிக்கும் காகிதம் எழுத வேண்டும் என்று நினைத்தவனாக பேனாவைத் தேடினான்.

அவன் சேட் பையில் குத்தியிருந்த பேனாவை யாரோ எடுத்துவிட்டமை அப்போதுதான் அவனுக்குத் தெரிந்தது.

"சேட் பொக்கற்றில் இருந்த பேனையை யார் எடுத்தது? மரியாதையாகச் சொல்லிப் போடுங்க."

அவன் குளறியது வீடு முழுவதும் அதிர்ந்தது. அம்மா பதறிப்போய் திரும்பிப் பார்த்தாள்.

சின்னவன் பேனாவைக் கையில் வைத்துக் கொண்டு சுவர் அருகே மசந்திக்கொண்டு நின்றான். செய்யாத குற்றத்திற்காக தண்டனை அனுபவிக்கக் காத்திருக்கும் அப்பாவியின் மிரட்சி.

"ஆரடா... இது எடுத்தது? நீயா எடுத்தனி?"

சிறுகதைகள் | அதிர்வுகள் | கவிதைகள் 47

அவன் இல்லை என்பதுபோல் தலை அசைத்தான். வாய் எதையோ முணுமுணுத்தது.

“அக்காவா எடுத்தவ?”

“ஆங்... அண்ண...”

“என்னட சாமான்களை ஒருத்தரும் தொடக்கூடாது என்று எத்தனை தடவை சொல்லியிருக்கிறன்.”

அவன் சத்தம் போட்டுவிட்டு முதலில் நண்பன் ஏரம்பமூர்த்திக்குக் கடிதம் எழுதத் தொடங்கினான்... மழை திடீரெனப் பலத்தது. யாரோ படலையைத் திறந்து கொண்டு மழையில் நனைந்தபடி உள்ளே வருவது தெரிந்தது... அது அய்யா தான். அம்மா ஆவலுடன் குந்தில் இருந்து எழுந்து கொண்டாள்.

கத்தரிக்கோலுக்கு இடையில் நறுக்... நறுக்...கென்று பீடி இலை அறுபடும் ஓசை நின்றுவிட்டது. அக்காவும் வெளித் திண்ணைக்கு வந்துவிட்டாள். பரீட்சை முடிவை எதிர்பார்த்திருக்கும் மாணவனின் முகத்தில் உள்ள ஏக்கம் அவளுக்கு.

முகத்தில் வழிந்து கொண்டிருந்த மழை நீரை வளைவில் கிடந்த துண்டினால் துடைத்துக் கொண்டே உள்ளே வந்தார். அவர் முகத்தில் களை இல்லை. போனபோது இருந்த உசார் எங்கேயோ ஓடி மறைந்துவிட்டது.

அய்யா நினைத்துக் கொண்டு போனதற்கு மாறாக அம்மான் வீட்டில் நடந்திருக்கலாம் என்று மட்டும் அவனுக்குப் பூரிந்தது. அவன் இன்னும் அமைதியாக எழுதிக் கொண்டுதான் இருந்தான். அங்கு நடக்க இருப்பதைப் பற்றி அவனுக்கு எந்தவித சம்பந்தமும் இல்லாதவன் போல்...

சில நிமிடங்கள் வரை அய்யாவும் அம்மாவும் என்னவோ குசுகுசுத்தார்கள். எந்தவித வாக்கியங்களும் தெளிவாக அவனுக்குக் கேட்கவில்லை. அவனுடைய பெயர் மாத்திரம் அங்கு அடிக்கடி பாவிப்பதை கிரகித்துக் கொண்டான். ஏரம்பமூர்த்திக்கு கடிதம் எழுதி முடித்துவிட்டு ரஞ்சினிக்கு எழுதத் தொடங்கியபோது தான் அம்மா அருகே வந்து நின்றாள்.

“தம்பி அக்காவட கல்யாணம் குழம்பிப்போய்விடும் போல இருக்கு.” அம்மாவின் குரல் தழுதழுத்தது. அம்மா சின்ன விசயத்திற்கும் மூக்கைச் சீறி அழுபவள் தான்.

“ஏன் அக்காவும் அவரும் ஒருத்தரை ஒருத்தர் கன காலமாக விரும்பி இருந்தவங்கதானே... வீட்டிலும் விருப்பம் தானே... அவையளுக்கு என்ன வந்திற்று, சீதனம் ஏதும் கூட எதிர்பார்க்குவினமோ...”

“இல்லை மோன, எல்லாத்துக்கும் ஓம் எண்டு தான் இவ்வளவு நாளும் இருந்தவிய. இப்ப... திடீரென பதில் மாப்பிளை தந்தால் தான் செய்வினம் எண்டு நிக்குவினம்.”

அவன் அதிர்ச்சியுடன் அம்மாவை நிமிர்ந்து பார்த்தான். அவன் முகம் கறுத்து இறுகிக் கிடந்தது. அந்தக் கண்களில் தெரிவது கோபமா... பரிதாபமா... இன்னதென இனம் கண்டுகொள்ள முடியாத ஏதோ ஓர் உணர்வு. அம்மாவால் தெரிந்து கொள்ள முடியவில்லை.

“எல்லாம் திட்டம் போட்டுத்தான் என்னைக் கொழும்பில் இருந்து காயிதம் எழுதிக் கூப்பிட்டிருக்குவினம்.”

அவன் விறுக்கென்று கதிரையை அரக்கிக் கொண்டு எழுந்தான். வளையைப் பிடித்துக் கொண்டு நின்றபடி இருண்டு கிடந்த சூனியத்தை உற்று நோக்கினான். ஒரு கணம் வெறுமை அவன் இதயத்தை அரித்தது. மறுபடியும் கதிரையில் வந்து குந்திக் கொண்டு மேசையில் முகம் கவிழ்ந்தான். மீண்டும் தலையை நிமிர்த்தி அம்மாவைப் பார்த்தான்.

அய்யா... அக்கா... தம்பி... தங்கைகள் அவன் வாயிலிருந்து விடுதலை பெறப்போகும் வார்த்தைக்காகக் காத்து நிற்கின்றனர்.

“அதுக்கு... இப்ப... நீங்க என்ன செய்யப் போறீங்க...”

“நீ ஓம் எண்டு ஒரு வார்த்தை சொன்னால் சரி தம்பி. உன்னத்தான் பதில் மாப்பிள்ளையாக கேக்குவினம். அந்தப் புள்ளயும் நல்ல குணமானவள் மோன.”

அவன் இப்போது அதிர்ச்சியடையவில்லை. அவனுக்கு அம்மா, அய்யா, அக்கா, தங்கச்சிமார்... மாமன், மாமி... மாப்பிள்ளை இந்த சமூகம் எல்லாவற்றிலுமே எரிச்சல் எரிச்சலாக வந்தது.

அக்காவுக்கு அவன் பிணை நிற்க வேண்டும். அவனைத் தொடர்ந்து வருகின்ற தங்கைமாருக்கு இவ்வாறு பிணை நிற்க எத்தனை தம்பிமார்கள் தயாராக இருக்கிறார்கள். அவனுக்கு என்று தனிப்பட்ட ஆசைகள்... விருப்பு வெறுப்புகள் அவன் எதிர்கால வாழ்வு பற்றி ஏன் இருக்கக் கூடாது? அத்தனையும் குடும்ப... உறவுகள் என்ற கட்டுக்குள் அடங்கவேண்டியவை தானா...?

அவன் மவுனமாகத் தலையை மேசையில் கவிழ்த்துப் போட்டுக் கொண்டு கிடந்தான். அம்மாவுக்குப் பொறுமை இல்லை. "தம்பி... என்ன முடிவு மோன சொல்லுற...?"

அவன் மீண்டும் தலையை நிமிர்த்திப் பார்த்தான். அம்மாவைப் பார்க்க அவனுக்கு இப்போது பரிதாபமாகத்தான் இருந்தது. எல்லாத் துயரங்களுமே அவள் முகத்தில் சாசுவதமாகிவிட்ட இறுக்கம்.

அவன் அமைதியாக பதற்றமில்லாமல் சொன்னான். "அம்மா... இனிமேல் யாருக்கும் கல்யாணம் பேசப்போறதாக இருந்தால் பதில் மாப்பிள்ளை கேட்காத இடமாகப் போங்க."

அம்மா அவன் பேச்சைக் கேட்டதும் அப்படியே அலமந்து போய் நின்றாள்.

●

ஒரு வெறும் மனிதனின் மரணம்

கீழே சலசலத்து ஓடும் வெள்ளம். அதன் வீச்சில் துள்ளித் துவண்டு எங்கேயோ அமிழ்ந்து போகும் கெழுத்து மீன் குஞ்சுகள். அவற்றைப் பிடித்துவிடும் எத்தனிப்பில் கரையின் இரு மருங்கிலும் தூண்டில் தடியுடன் காத்திருக்கும் சிறுவர் கூட்டம்.

அந்த மதகுக் கண்களுக்கு மேல் குந்தி இருந்து கொண்டு அவற்றையே வேடிக்கை பார்த்துக் கொண்டிருந்தான் சின்னவன்.

'களுக்... களுக்...' என ஒரு இழுப்பு. தூண்டிலில் ஏதோ ஒன்றின் கனப்பு. நீரின் சுழிப்பையும் எதிர்த்து 'தங்கூசி' எங்கேயோ நகர்ந்தது. மறுபடியும் வெடுக்கென ஒரு வெட்டு. தூண்டில் தடிகள் மேல் எழுந்தன. தூண்டிலில் அகப்பட்டுக் கொண்ட மீன் குஞ்சுகள் அந்தரத்தில் உடலைப் போட்டு அடிக்க கரையிலோ... கூய்... கூய்... என ஆரவாரித்தது.

மகிழ்ச்சியில் விரிந்த முகங்கள் மறுபடியும் மறுபடியும் தூண்டில் கயிற்றை அகல எறிய எதுவுமே அகப்படாத சிலர் ஏமாற்றத்துடன் இன்னும் தான் ஒரு இழுப்புக்காகக் காத்து நின்றனர்.

"வீட்ட சாருக்குள்ள ஒளிச்சு வைச்சிருக்கிற தூண்டிலக் கொண்டு வந்து நானும் ஒருக்கா மீன் பிடிச்சா என்ன..."?

"எப்போதோ ஒரு நாள்! "தூண்டிலைக் கையால. தொடக்கூடாதடா வடுவா... என்னப் போல நீயும் உப்புத் தண்ணியுக்கை கச்சப்பட்டோட இறங்கப் போற போல இருக்கு..." என்று அப்பன் அடித்த கையோடு அந்த ஆசையை விட்டவன் தான் அவன்.

ஆனாலும் என்ன! நீர் நிறைந்த மீன்கள். ஒன்றின் மேல் நின்று புரள அவனுக்கோ இருப்புக் கொள்ளவில்லை. கையில் கனத்துக் கொண்டிருந்த புத்தகங்களை கல் ஒன்றின் மேல் வைத்தான். நனைந்த மண்ணில் புதைந்து கிடந்த சிப்பிகளைத் தேடிக் கிண்டி எடுத்தான்.

'சர்' என்று பறந்தது ஒரு சிப்பி. அப்பொழுது தான் புரண்டு நீரின் மேல் எழுந்து கொண்டிருந்த மீன் குஞ்சின் மேல் விழுந்திருக்க வேண்டும். ஆனாலும் என்ன, ஒரு மீன் தன்னும் செத்து விழவில்லை. அவன் மீண்டும் மீண்டும் சிப்பிகளைக் கையில் எடுத்து எறிந்து கொண்டிருந்தான்.

அந்தச் சூழ்நிலையிலே இழந்து போனவன், திடீரென விழித்துக் கொண்டவன் போல் நிமிர்ந்து, கண்கள் மிரள விழித்து, நாலு பக்கமும் பார்த்தான். அவன் பார்த்துக் கொண்டிருந்த போதே அந்தச் செந்நிற வட்டம் வானத்தின் அடிவயிற்றுள் புதைந்தே போனது. 'சடக்'கென ஒளி அழிந்து இருள் முளைத்தது. நீர் நிலைகளின் பழுப்புத் தோல் உரிய மெல்லிய கருமை இழுத்துப் போர்த்துக் கொண்டது.

அங்கு நின்றவர்களில் இப்பொழுது ஒருவரும் இல்லை. அவன் அந்த இடத்தைவிட்டு எழுந்து கொண்டான். கையில் புஸ்தகங்களை எடுத்துக் கொண்டே வீட்டைத் தேடி நடந்தான்,

அவன் படலையைத் திறந்த போது முதலில் கண்ணில் பட்டது தகர விளக்கு வெளிச்சத்தில் பாயில் கிடந்த அப்புவும் அவர் அருகே குந்திக் கொண்டிருந்த ஆச்சியும் தான்.

இவன் மெதுவாக உள்ளே வந்தான். இப்பொழுதுதான் முற்றத்தில் நின்று கொண்டிருந்த அப்புவின் சம்மாட்டி தொம்மையனைக் கண்டுகொண்டான். அவன் எதுவுமே பேசாமல் சாருக்குள் இருந்த பக்கீஸ் பெட்டிக்குள் புஸ்தகங்களை வைத்துவிட்டு பைக்குள் கசங்கிப் போயிருந்த படங்களை எடுத்து ஒவ்வொன்றாக அழகழகாக கொப்பியில் ஒட்டத் தொடங்கினான். சிவப்பு, பச்சை, மஞ்சள்... ஊதா... நீலம்... கலர் கலராக ஏதேதோ மலர்கள். அவன் இதுவரை பார்த்திராத மலர்கள். பளபளப்பான காகிதம். இவனுடைய சிநேகிதன் ஏதோ ஒரு புஸ்தகத்தில் கத்தரித்துக் கொண்டு வந்து கொடுத்தவை அவை...

இப்போதுதான் நீண்ட மவுனத்தின் பின் தொம்மையனின் பேச்சுக் கேட்டது. இவன் எப்போதோ இங்கு வந்திருக்க வேண்டும். வெகுநேரமாக பேசிக் கொண்டிருந்திருக்க வேண்டும். அவனுடைய கரகரத்த குரலில் கலப்புத் தெரிந்தது.

'இந்தா அன்னம்மா... நான் போறன்... நாளைக் கிடையில் ஒரு முடிவு தெரிய வேணும். என்ர காசக் கொண்டு வந்து வைக்க வேணும். இல்லாட்டி இவன் சின்னவனையாவது என்னோட கடல விடவேணும். நீங்க படுகிற கஷ்டத்தில இவனுக்கு என்ன படிப்பு வேண்டியிருக்கு...'

தொம்மையரின் காலடி ஓசை விசுக்... விசுக்...கென்று சென்று தேய்ந்து மறைந்ததும்தான் ஆச்சியின் குரல் கேட்டது.

"சீ, இப்பிடியும் ஒரு மனுசனுக்குப் போய் உழைச்சுக் குடுத்தியே... ஒரு ஆயிரத்தி அய்நூறு ரூபாக் காசுக்கு நோய் வாய்ப்பட்டுக் கிடக்கிற மனுசன் எண்டும் பாக்காமல் வீட்டில் வந்து கிடந்திற்றுப் போறானே சீ... இவனும் ஒரு மனுசனா...?

சாருக்குள் இருந்த சின்னவனுக்கு எல்லாம் கேட்டுக் கொண்டுதான் இருந்தது. 'சரக் சரக்...' கென்று படம் ஒட்டிய பக்கங்களைப் புரட்டினான். அழகாக சிரித்த மலர்களெல்லாம்... வெறும்... கலர் கலரான கோடுகளாகவும் புள்ளிகளாகவும் தெரிந்தன. அவனுக்கு எரிச்சல் எரிச்சலாக வந்தது.

அவனுக்கு நன்றாகவே ஞாபகத்தில் இருந்தது. இப்படித்தான் ஒரு மாலை நேரத்தில் அப்பு விடு வலைக்குப் போய் திரும்பி வந்திருந்தார். ஈக்கிலில் கோர்த்தபடி கையில கொண்டு வந்த கொய் மீன்களை அப்படியே திண்ணையில போட்டுவிட்டு "அலுப்பாயிருக்கு அன்னம்மா... கொஞ்சம் சுடுதண்ணி வைச்சுத்தா..." என்று சொல்லிவிட்டுப் படுத்தவர், அதன் பின் எழுந்து கொள்ளவே முடியவில்லை. கைகால்கள் அப்படியே சுரணையற்றுப் போனது. குரலும் நின்று போனது.

இதுவரையும் தொழிலுக்குக் கூட்டிப்போக வந்த தொம்மையர் அன்றிலிருந்து கொடுத்த கடனைப் பெற்றுப் போக வந்து கொண்டிருந்தார். தொம்மையருக்குத் தெரியாதா என்ன! இனி

அப்புவிடம் உழைப்புச் சக்தி எதுவும் இல்லை, எல்லாமே தேய்ந்து போனது என்பது.

இவனைக் கண்டுகொள்ளும் போதெல்லாம் சின்னவன் என்ன என்னவெல்லாம் சிந்தித்துப் பார்த்துக் கொண்டதுண்டு. அந்த வேலிக் கதியாலோடு சாத்தியிருந்த அப்புவின் கறள் பிடித்த 'மண்டா'வினால் சதை பெருத்த அவன் வயிற்றில் ஓங்கி ஒரு குத்து. எப்போதோ ஒரு நாய் இவன் வீதியில் செல்லும் போது வாகனம் ஒன்றில் அடிபட்டு சதை சிதறிக் கிடந்தது போல்... ஆசைப்பட்டுப் பார்த்ததோடு சரி. அவனால் அந்தப் பெரிய 'மண்டாவை' நிமிர்த்தித் தூக்கக்கூட முடியுமோ என்னவோ...?

படக் கொப்பியையும் விறுக்கென்று மூடிவிட்டு அந்த மண் தரையிலேயே விழுந்து படுத்துவிட்டான். தூக்கம் வருவது போல் இருந்தது. ஆனால் தூக்கம் வரவில்லை. கண்களில் நித்திரையின் எரிவு... இமைகள் கூட மூடத்தான் செய்தன. ஆனாலும் அவன் உறங்கவில்லை.

திடுமென ஒரு சோர்வில் நித்திரை நிஜமாக வந்த போது யாரோ இவன் தலையைத் தடவிக் கொடுப்பது தெரிந்தது. அந்த ஸ்பரிச சுகம் அவன் பிறந்ததிலிருந்தே சாஸ்வதமாகி எஞ்சி நிற்கும் ஒன்று.

"தம்பி சின்னவன் எழும்பிச் சாப்பிட்டுப்போட்டு படு மோன..."

"உம்... ஊம்..."

இவன் நினைவு மீளாத நிலையில் ஏதேதோ வாய் புலம்பினான். மறுபடியும் சுருண்டு படுக்கப் போனான். அவள் விடவில்லை. தோள்களை அழுத்தி நிறுத்தினாள்.

"எழும்பு மோன... சாப்பிட்டுப்போட்டுப் படு... இந்தா கொஞ்சம் வாயத் திற..."

இவன் அரை வாய் திறந்த நிலையில் ஆச்சியின் கையிலிருந்த சோற்றுக் கவளம் உள்ளே சென்றது. அவன் இருமித் திணறினான். ஆச்சி தலையில் அடித்து செருமிவிட்டுக் கொண்டே தண்ணீரை வாய்க்குள் ஊற்றினாள்.

"தம்பி..."

"ஊ... ம்..."

அடுத்த கவளத்தை உருட்டி வாய்க்குள் திணித்தபடியே ஆச்சி கேட்டாள்...

"தம்பி... நீ தொம்மையற்ற விடு வலைக்குப் போறியா...?"

அவனுக்கு மறுபடியும் புரைக்கேறியது. மறுபடியும் தண்ணீரைக் குடிக்கக் கொடுத்தாள். அவன் குறை பிரக்ஞையிலேயே எல்லாமே நடந்தது.

"அப்புவும்... இப்பிடியே படுக்கையில் விழுந்திற்றேர். இனி எங்களுக்கு உழைக்கிறதுக்கு ஆர் இருக்குவினம் தொம்மையட்ட பட்ட கடன ஆர் குடுப்பினம்..."

சின்னவன் இப்போது நன்றாகவே எழுந்து குந்திக் கொண்டு நினைவுடனேயே பேசினான்.

"அப்புவ... ஆர்... கடன் வாங்கச் சொன்னது...? அவனட்ட..."

"உங்கட அக்காவுக்கு அவன்ர காசு வந்துதான்ரா கலியாணம் நடந்தது..."

"அதுக்கு... நான் என்ன செய்ய...?"

"நீ தன்னட விடுவலையில் வந்தா... கடன் கழிச்சு விடுகிறோம்..."

"நான் அவனோட கடல போகமாட்டன்... நான் போகமாட்டன் எண்டால் போகமாட்டன்..."

சின்னவன் சோற்றை அப்படியே விட்டுவிட்டு திடுமென எழுந்துவிட்டான். செம்பில் நீரை வார்த்து வாயைக் கழுவிக் கொண்டு மறுபடியும் கிடந்த இடத்திலேயே படுத்துவிட்டான்.

"கொஞ்சம் எழும்பு மோன... பாயப் போட்டு விடுகிறன்..."

"எனக்குப் பாயும் வேணாம்... ஒண்டும் வேணாம்... போ..."

ஆச்சி அதற்குமேல் அங்கிருக்கவில்லை. எழுந்து விட்டது தெரிந்தது. ஆச்சியின் நீண்ட பெருமூச்சு மாத்திரம் கேட்டது.

மறுபடியும் அவன் உறங்கிப் போனான். நிஜமாகவே உறங்கிப் போனான்.

ஏதோ ஒரு கனவின் சோகத்தில் அழுது கொண்டே திடுமென விழித்துக் கொண்டான் சின்னவன். மெல்லிய முணுமுணுப்பும், அழுகுரல்களுமாய் பக்கத்திலே கேட்டன. அவன் உணர்வுப் பொறிகள் மய்யத்துள் வருவதற்கு முன்பே அவை பெரிதாக சப்தித்தன.

இவன் எழுந்து குந்திக்கொண்டான். நித்திரை அழுத்தத்தில் முதலில் முன்னே விரிந்து கிடந்த நிகழ்வுகள் இவனைத் தொடவில்லை. சில கணங்கள் ஒலித் திரைக்குள் மய்மலான சில சலனங்கள்... அது மெல்ல மெல்ல... தெளிவாகி புலனைத் தொட்ட போது... வெளியே சுள் என்று எறித்தது வெயில். இதற்குள் விடிந்துவிட்டதா!

அப்பு கட்டிலில் நீட்டி நிமிர்ந்து கிடந்தார். அவருடைய இமைகள் இரண்டும் மூடியபடி கிடந்தன. கைகள் இரண்டும் ஒன்றுடன் ஒன்று பின்னியபடி நெஞ்சில் கிடந்தன. விரல் இடுக்குகளில் பெரிய கறுப்புச் செபமாலை ஒன்று செருகியிருந்தது. புது வேஸ்டியும் சால்வையுமாய் அழகான அப்புவை இதற்கு முன்னம் எப்பொழுதோ பார்த்த நினைவு... பெரிய அக்காவின் திருமணத்தின்போது...

தலைமாட்டிலும் கால்மாட்டிலுமாய் நான்கு 'கத்திரிசாலில்' பெரிய மெழுகுவர்த்திகள். அப்பால் சற்றுத் தூரத்தில் அதே மங்கலான வெளிச்சத்துடன் அந்த வீட்டின் தகர விளக்கு. அப்புவின் கட்டிலைச் சுற்றி மூத்த அக்கா, சின்ன அக்கா, அண்ணன் பெண்சாதி, மாமி இன்னும் ஊரில் உள்ள என்னென்னவோ உறவு சொல்லிக் கொள்பவர்கள்.

இப்பொழுது அழுகுரல்கள் பலமாகவே கேட்டன. அக்காதான் கீச்சிட்ட குரலில் உச்ச ஸ்தாயியில் தலையை விரித்துப் போட்டு அழுதாள். ஆச்சி நெஞ்சு... நெஞ்சென்று குத்திக் கொண்டு அழுதாள். எங்கிருந்தோ அழுது கொண்டிருந்த சின்ன அக்கா இவனைப் பார்த்து விட்டாள். ஓடி வந்து இவனுடைய கழுத்தை அணைத்து இறுகப் பற்றி முகத்தைத் தேய்த்து என்ன என்னமோ சொல்லி அழுதாள். சுருட்டுப்

புகையின் நெடியும் மெழுகுவர்த்தியின் கசிவும் அந்தச் சூழ்நிலை அவனுக்கு நினைவு தெரிந்ததிலிருந்து புதுசு தான். யார் யாரோ எல்லாம் பொருத்தமில்லாமல் எதை எதையோ சொல்லி அழுது கொண்டிருந்தனர். சிலரின் அழுகை இவனுக்கு வேடிக்கையாகக் கூட இருந்தது.

இவனுக்கு அழுகை வரவில்லை. நித்திரையும் கூடத்தான். எங்கேயாவது சப்தம் வராத இடமாகப் படுப்பதற்கு நினைத்துப் பார்த்துக் கொண்டான். முற்றத்தில் போடப்பட்டிருந்த பந்தலின் கீழ் நிறையவே மனிதர்கள். சுருட்டும் வெற்றிலையுமாய்... ஏதேதோ... பேச்சு... சவப்பெட்டி திறந்த நிலையில் எல்லாமே தயாராகிவிட்ட வேளை... இந்த சந்தடிகள், ஆரவாரம் எதுவும் புலன் தொடாமல் எப்படி இவன் நித்திரையில் இழந்து போயிருக்கிறான்...?

கோவில் சங்கிடுத்தாம் திடுமென பந்தலுக்குள் நுழைந்த போது சிலர் எழுந்து கொண்டு அவரிடம் வந்தனர். மூத்த அக்காள் புருசன் தான் நெருங்கிக் கேட்டார்:

"சுவாமி என்னவாம்... வருவாராமா...?"

"சுவாமி வரமாட்டேராம். தீர்வக்காசு பல மாசம் கட்டுப்படாமல் நிலுவையாக நிக்குதாம். நிலுவ முழுக்க கட்டி முடிச்சாத்தான் பிரேதம் எடுக்க வருவேராம்..."

"செத்தவற்ற தீர்வக் காச தொம்மையர் ஒவ்வொரு நாளும் உழைப்பில கழிச்சு எடுத்தவர் தானே... பிறகு என்ன நிலுவ...?"

"தொம்மையர் கழிச்ச காசு ஒண்டும் சுவாமியிட்ட கட்டயில்லப் போல இருக்கு..."

"இது ஒரு பெரிய மனுசன் செய்யிற வேலையா... தனக்கு குடுக்குமதிக்கு அந்த மனுசனப்போட்டு எவ்வளவு பாடுபடுத்தினவர்... ஆனா அவரட உழைப்பில கழிச்சத அப்படியே அமத்திப் போட்டாரே..."

பந்தல் சல சலத்தது. பேச்சும் வசவுகளுமாய் சனங்கள் மத்தியிலே ஏதேதோ குரல்கள் தொம்மையரைச் சபித்தன. செத்தவனுக்காக அழுத குரல்கள் அதற்குள் அமுங்கிப் போனது.

சிறுகதைகள் | அதிர்வுகள் | கவிதைகள் 57

"அப்ப என்னதான் செய்யிறது. சுவாமி வராட்டா இப்படியே பிரேதத்தை விடுவதா...? கன காலமாய் பாயும் படுக்கையுமாகச் சீரழிந்த உடம்பு..."

அக்காள் புருசனின் பேச்சைப் பலரும் ஆமோதித்தனர். ஆனாலும் ஒரு தீர்மானத்துக்கு வர முடியாமலே பிரேதம் முற்றத்தில் கிடந்தது.

"தூக்குங்கடா பிரேதத்தை... வாறது வரட்டும்... தூக்குங்க..."

யாரோ ஒருவன் முன்னுக்கு வந்து குரல் கொடுத்தான். எல்லோர் புலன்களும் இவனை நோக்கித் திரும்பவும், இவனை யாரென்று பார்ப்பதற்காகவே முதல் முறையாக இருப்பை விட்டு எழுந்து வந்தான் சின்னவன்.

"அப்ப... சுவாமி...? கோவில்...?"

"அது எல்லாம் பிறகு பார்த்து பேசிக்கொள்ளலாம். முதலில் செத்தவனக் கொண்டு போய் மரியாதையா அடக்கம் பண்ணுவம். தூக்குங்கடா..."

சனங்கள் முண்டி அடித்து நெருங்கவும், சின்னவன் எங்கேயோ பின் தள்ளப்பட்டான். அழுகையும் ஒப்பாரியுமாய் பிரேதப்பெட்டி தலைக்குமேல் உயர்ந்து நகர்ந்தது.

◉

நிலைப்பாடு

சுள்ளென்று வெயில் படவும், தலைமுதல் கால்கள் வரை சாரத்தை இழுத்துப் போர்த்தபடி விடிந்த பின்னும் தூங்கும் அந்தச் சுகானுபவத்தை இன்னும் ஒரு தடவை அனுபவித்துப் பார்க்க வேண்டும் போல் இருந்தது. இவனுக்கு இப்போதெல்லாம் முடிவதில்லை. வீதிப் போக்குவரத்துச் சந்தடியில், வாகனங்களின் 'ஹார்ன்' ஒலியும், கரத்தை வண்டிகளின் கடகட ஓசையும், தெருவோரத்து அங்காடிகளின் காட்டுக்கத்தலும், முச்சந்தி மூலையில் நின்று தினமும் ஒலிபெருக்கியில் கூப்பாடு போடும் 'தேசிய லொத்தர்' சபை வாகனத்தின் சீட்டு வியாபாரமும், திரும்பின பக்கம் எல்லாம் 'ஓ'வென அலறும் வானொலிப் பாடல்களும் இவனது சின்னச் சின்ன ஆசைகளைக்கூட நிராகரித்தன.

இவன் மெல்ல மெல்ல புதிய சூழலை ஜீரணித்துக் கொண்டான். இன்று ரீயூற்றரியில் வகுப்பு எதுவும் இல்லை. இன்றைய ஒருநாள் பொழுது எப்படியோ போக வேண்டும் என்று சலித்துக் கொண்டவனுக்கு நேற்று இவனும் விவேகானந்தனும் 'ஹொட்டேல்' ஒன்றிலிருந்து தேநீர் அருந்திக் கொண்டிருந்த போது காலி முகத்திடலில் கூட்டம் ஒன்றுக்குப் போவது என்று பேசிக் கொண்டது கூடவே நினைவுக்கு வந்தது.

படுக்கையைச் சுருட்டி மூலையில் போட்டுவிட்டு கைகளை உயர்த்தி சோம்பலை முறித்துக் கொண்டே சுவரில் மாட்டியிருந்த கண்ணாடிமுன் வந்து நின்றான். அட்ட கோணத்திலும் முகத்தை அபிநயம் செய்து பார்த்தான். இவனுக்கே இவனுடைய முகத்தைப் பார்க்கச் சகிக்கவில்லை. தாடையைக் கைகளால்

தடவிப் பார்த்தான். சேவ் செய்து இரண்டு நாட்கள் தான். அதற்குள் மயிர் வேறு சொற சொறவென்று வளர்ந்திருந்தது. இன்று எப்படியாவது சேவ் செய்து போட வேண்டும் என்று நினைத்தவனாக கண்ணாடி ஸ்ராண்டில் இருந்த சேவிங்செட்டை திறந்து பார்த்தான். பெட்டிக்குள் இருந்த பிளேடுகளில் ஒன்று தன்னும் நல்ல நிலையில் இல்லை என்பது தெரிந்த போது மீண்டும் சலித்துக்கொண்டான்.

'இதற்கும் மச்சாளிடம் தான் காசு கேட்க வேண்டும். எனக்கும் ஒரு வேலை இருந்தால் ஏன் இந்தக் கஷ்டம்.'

இவனுடைய அண்ணன் கதிர்காமநாதன் தபால் பகுதியில், உதவி தபால் அதிபராக இருக்கிறான். இவனுக்கு மூன்று வேளைச் சாப்பாடு போடுகிறான். ரீயூற்றரிக்கும் அவன் தான் பணம் கொடுக்கிறான்; சில வேளைகளில் கையிலிருப்பதையும் செலவுக்காகத் தந்துவிடுவான். கூடப்பிறந்த குற்றத்திற்காக இவனையும் தனது குடும்பத்தோடு சேர்த்து சுமக்க வேண்டிய தலை எழுத்து அவனுக்கு.

வீட்டிலிருந்தபோதுகூட கதிர்காமநாதன் 'காரிய காறன்' என்று பெயர் எடுத்தவன். தன் விசயத்தில் எப்போதும் கருத்தாக இருந்து அதற்காக எப்படியும் வளைந்து கொடுத்துப் போகக் கூடியவன். உத்தியோக முன்னேற்றத்திற்கு தடையாக இருந்த அத்தனை 'பரீட்சைகளையும்' சுலபமாக தாண்டி வந்துவிட்டான். கதிர்காமநாதனுக்கு இதனாலேயே குடும்பத்தில் தனி மரியாதை.

நல்லதொரு சந்தர்ப்பமாக வாய்த்தது யூலை 18 வேலை நிறுத்தம். இவனுடைய கந்தோரில் வேலை செய்தோரில் பெரும்பாலோர் வேலை நிறுத்தத்தில் கலந்து கொள்ளவும் இவனும் இன்னும் சிலரும் மாத்திரம் தப்பித்துக் கொண்டனர்.

இதற்காகவோ என்னவோ முகம் தெரிந்த மனிதர்கள் சிலராலேயே அடுத்த நாள் கந்தோருக்கு வரும் வழியில் தாக்கப்பட்டு மண்டை உடைந்து, உதடு கிழிய ஆஸ்பத்திரிக்கு எடுத்துச் செல்லப்பட்டதைத்தவிர வேறு எந்த இழப்பும் இவனுக்கு ஏற்படவில்லை என்று இன்றும் நினைத்துக் கொண்டிருக்கிறான்.

இவன் வேலையில்லாமல் இருப்பது இவனைவிட இவன் அண்ணனுக்குத் தான் கவலை அதிகம். இவனுடைய சோம்பேறித்தனமும், பிடிவாதமும் தான் இவனுக்கு வேலை கிடைக்காததற்கு காரணம் என்பது அவனுடைய கருத்து. இதை அடிக்கடி சொல்லிக் காட்டுவான். இவன் அப்படி நினைக்கவில்லை. அதற்காக அவனோடு எதிர்வாதம் செய்ய பிரியப்படுவதில்லை. அடங்கிப் போவான்.

'பாத் றூமில்' சளசளவென்று நீர் கொட்டும் சத்தம். கதிர்காமநாதன் குளித்துக் கொண்டிருந்தான். சில நாட்களாகவே அவனுடைய முகத்தில் களை இல்லை. வீட்டில் எல்லோருடனும் எரிந்து விழுந்து கொண்டிருந்தான். சிவநாதன் இவர்கள் கூட வந்த நாளில் எப்போதாவது அண்ணனும் மச்சாளும் சண்டை பிடித்ததைப் பார்த்திருக்கிறான்.

இப்போது ஏனோ அடிக்கடி நடந்தது. காலையில் கிடப்பதை அவசர அவசரமாக விழுங்கிக் கொண்டு கந்தோருக்குப் போக பஸ்ஸை பிடிக்க ஓடும் இந்த இயந்திர வாழ்க்கையை நினைத்து சிலவேளை இவனே ஆச்சரியப்பட்டதுண்டு. இப்போது கதிர்காமநாதனிடம் ஏன் இந்த அசமந்தப் போக்கு.

துருத்திக் கொண்டு படிய மறுக்கும் தலைமயிரை அழுத்தி இழுத்துக் கொண்டே மீண்டும் வெளி விறாந்தைக்கு வந்தான்.

சாய்வு நாற்காலியில் உட்கார்ந்து கொண்டே வானொலிப் பெட்டியை மெல்லத் திருகிவிட்டு ரீப்போவில் கிடந்த பழைய பத்திரிகை ஒன்றைப் புரட்டினான்.

'எலிசபேத் ரெயிலர் ஆறாவது தடவையாக திருமணம் செய்து கொண்டார்' தலைப்புச் செய்தி. இவனுக்குச் சிரிப்பு வந்தது. விவேகானந்தனை நினைத்துக் கொண்டான். விவேகானந்தன் இப்படிச் செய்திகள் முக்கியத்துவத்துடன் பிரசுரமாவதைக் கண்டுவிட்டால் பெரிய 'லெக்சரே' அடித்து விடுவான்.

விவேயின் கருத்துகள் இவனுக்கு சிலவேளை உடன்படும்; சிலவேளை முரண்படும்; சிலவேளை விளங்குவதில்லை. அவன் புதிய பொருளை புதிய சொற்களில் பேசுவான். அவனுடைய கொள்கை லட்சியங்கள் பற்றி இவனுக்கு எந்தவித

தீர்மானகரமான அபிப்பிராயமும் இதுவரை ஏற்பட்டதில்லை. அதனால் என்ன? இன்னும் அந்த நட்பின் நெருக்கம் குறைந்து விடவில்லை.

விவேகானந்தன் இவனோடு கூடப் படித்த காலத்திலிருந்தே அப்படித்தான். வகுப்பில் அரசியல் பேசியதற்காக பலமுறை 'இம்பொசிசன்' எழுதியிருக்கிறான். ஆசிரியர்களும் இவனிடம் பிரியமில்லை. இவனும் அப்படித்தான்.

தேவி குசினிக்குள் இருந்து வெளியே வந்தாள். ஒரு வயது தான் நிரம்பிய சுரேஸ் அவளுடைய 'சோட்டி'யைப் பிடித்துக் கொண்டு 'உம்... உம்...' என்று சிணுங்கியபடியே பின்னால் இழுபட்டுக் கொண்டு வந்தான். சுரேஸின் முகத்திலும் கைகளிலும் ஏதோ வெள்ளை வெள்ளையாக அப்பியிருந்தது.

"தம்பி, இவனக் கொஞ்சம் வச்சிருந்து பராக்குக் காட்டுங்க. நான் தேத்தண்ணி போட்டுக் கொண்டு வாறன்; ஒரு அலுவலும் செய்ய விடுகிறான் இல்லை."

சுரேஸை இவன் தூக்கி மடியில் வைத்துக் கொண்டான். அவன் சிணுங்கி முரண்டு பிடித்தான். பத்திரிகையை எட்டிப் பிடித்து வாய்க்குள் வைத்து கிழித்து விடமுயன்றான்.

குசினிப்பக்கம் இருந்து மூத்தவள் சாந்தினியின் அழுகுரல் திடீரென வெடித்து எழுந்தது. தேவி எதற்காகவோ சத்தம் போட்டுத் திட்டிக் கொண்டிருந்தாள்.

கதிர்காமநாதனின் குரல் குளியல் அறைக்குள் இருந்தே கேட்டது. "ஏ தேவி ஏன் இவள் சாந்தினி அழுகிறாள்? அவள் கேட்கிறதை குடுத்துத்தான் தொலையன். ஸ்கூலுக்கு நேரம் போச்செல்லே."

தேவியும் பதிலுக்கு இரைந்தாள். "இஞ்ச வந்து பாருங்கோ. நேற்றுத்தான கொம்பாஸ் பெட்டிக்கு காசு வாங்கிக் கொண்டு போனவள். இண்டைக்கு கலர்பெட்டி வாங்க வேணும் என்று நிக்கிறாள்."

கதிர்காமநாதன் எதுவும் பேசவில்லை. குளித்து முடித்துவிட்டு துவாயினால் தலையைத் துவட்டிக் கொண்டே வெளியில் வந்தான். சிவநாதன் சுரேஸை கீழே இறக்கிவிட்டான். அவன்

ஓடிப்போய் அப்பாவின் சாரத்தைப் பிடித்து இழுத்து கைகள் இரண்டையும் உயர்த்தி தூக்கும்படியாக அடம்பிடித்தான். சுரேஸைத் தூக்கி வைத்துக் கொண்டே கதிர்காமநாதன் இவன் அருகே வந்தான்.

"இன்றைக்குப் பின்னேரம் எங்கேயாவது போகிறாயா...?"

"விவேகானந்தனிடம் வாரதாகச் சொல்லியிருக்கிறேன்."

"போறதாக இருந்தால் போயிற்று ஏழு மணிக்குள் வந்துவிடு. இன்றைக்கு உன்னுடைய வேலை விஷயமாக ஒருவரைப் பார்க்க வேணும். ஸ்ரைக்கில நின்றவங்கட இடத்துக்கு ஆள் எடுக்கப்போறாங்க... வழக்கம் போல எங்கேயாவது கதையோடு நிக்காமல் வேளைக்கே வந்துவிடு."

சிவநாதன் எதுவும் பேசவில்லை. மவுனமாக எழுந்து போய் ஸ்ராண்டில் கிடந்த சேட்டுகளையும், ரவுசர்களையும் எடுத்துத் திருப்பித்திருப்பிப் பார்த்தான். அன்று போடுவதற்கு உகந்ததாக எதுவும் இல்லை, ஒரே அழுக்கு. வியர்வை நாற்றம் வேறு. நேற்றே கழுவிப் போடவேண்டும் என்று நினைத்தவன் வேறு வேலைகளில் மறந்தே போய்விட்டான். விவேகானந்தனும் 'நீற்றாக' உடை உடுத்துவதில் சற்று அக்கறை உள்ளவன்தான். அவனுடைய 'றூம்மேற்ஸ்' சிறிவர்த்தனா, சோமபாலா இருவரும்கூட அப்படித்தான். சோமபாலாவைப் பார்க்கும் போதெல்லாம் இவனுக்கு சிங்கள சினிமா நடிகன் ஒருவனின் முகம்தான் நினைவுக்கு வரும்.

அவர்களுடன் சேர்ந்து எப்போதாவது வெளியில் செல்வதுண்டு. அப்போதுதான் தன்னைப்பற்றி அதிகம் கவலைப்படுவான். அடிப்பக்கத்தில் விரிசல்கண்டு இழைப் போட்டிருந்த அந்த கறுப்பு நிற ரவுசரும், எப்போதோ ஒரு பரீட்சைக்குப் போவதற்காக எடுத்த வெளிர் நீல நிற 'எயிற்றி ருவனரி' சேட்டும் எத்தனை தடவைதான் போட்டுக் கொண்டு செல்வது? அண்ணனிடம் எப்படி ரவுசர் தைக்க காசு கேட்பது? மச்சாள் ஏதும் நினைத்துக் கொண்டால்?

உடுப்புகளை அள்ளி எடுத்துக் கொண்டு பாத்றூம் பக்கமாக நகரவும் வாசலில் தபால்காரனின் சத்தம் கேட்டது.

பகல் மூன்று மணிக்குமேல் இருக்கும். அப்படியிருந்தும் வெயில் அனலாகக் கொதித்து உடல் வியர்வையில் நனைந்து கொண்டு வந்தது. முதுகுப்புற சேட் வேறு கசமுச வென்றிருந்தது.

இப்பொழுதே பஸ்ஸைப் பிடித்தால்தான் நாலு மணிக்கு முன் விவேகானந்தனின் அறையில் நிற்கலாம், அவனும் வேலை முடிந்து வர நேரம் சரியாக இருக்கும்.

"பஸ் ஹோல்ட்டிங் பிளேசில்" நின்று கொண்டே சிவநாதன் சுற்றி வரப் பார்த்தான். இவன் கூட, இன்னும் யார்யாரோ இவன் போகும் நூற்றி ஒன்றுக்காக நின்று கொண்டிருந்தனர்.

நூற்றி ஒன்று தவறினால், நூற்றிப் பதினொன்று. நூற்றிப் பதினைந்து. சிவநாதன் மனதிற்குள் இலக்கங்களை நிச்சயப்படுத்திக் கொண்டான். எதிரே இருந்த கட்டடத்தின் சுவரில் புதிதாக இன்று ஒரு போஸ்டர். ஒரு வேட்பாளர் 'நானும் இம்முறை தேர்தலுக்கு நிற்கிறேன்' என்று கூறி வாக்காளப் பெருமக்களுக்கு வணக்கம் தெரிவிக்கும் பாவனையில் - இன்னும் வெகு உன்னிப்பாக கவனித்ததில் தான் அது புதிதாக ரிலீசாயிருக்கும் தமிழ் சினிமா ஒன்றின் 'போஸ்டர்' என்பது தெரிந்தது.

அதிகாலையில் வெள்ளை மலர்களாய் பூத்துச் சிரித்தபடி 'யூனிபோம்' அணிந்து அணியணியாய் உற்சாகத்துடன் செல்லும் சிறுவர்கள், மாலையானதும் 'படிப்பில்' சோர்ந்து விழுந்து சுமைகூலிகள் போல் மெல்ல மெல்ல அசைந்து செல்வதைப் பார்க்கையில் இவனுக்கு இரக்கமாயிருந்தது.

தூரத்தில் பஸ் ஒன்று வரும் இரைச்சல். கூர்ந்து இலக்கத்தைக் கவனித்தான். நூற்றிப் பதினைந்து. இந்த பஸ்ஸில் ஏறினால் சந்தியிலிறங்கி சற்றுத் தூரம் நடக்க வேண்டும். பாதகமில்லை, வேளைக்கே போய் விடலாம்.

கூட்டம் 'புட்போட்டில்' நெருங்குண்டது. வாசல் ஹாண்டிலைப் பிடித்துக் கொண்டு முண்டி அடித்துக் கொண்டு ஏற முயல்கையில் இவன் கைக்குள் ஒரு பெண்ணின் பிருஷ்டம் நசுங்குண்ண, அந்த திடீர் ஸ்பரிசத்தின் ஒரு கண அதிர்வில் இவன் கைகளை விலக்கிக் கொண்டான்.

அதற்குள் அந்த பஸ் நகர்ந்துவிட்டது. 'புட்போட்டில்' பலர் வவ்வால் தொங்கல். அந்த வித்தையை இவன் இன்னும் கற்றுக்கொள்ளவில்லை. இதனாலேயே இப்படியாக பல தடவைகள் பஸ்ஸை கோட்டை விட்டிருக்கிறான்.

அந்த பஸ் அடுத்த ஹோல்ட்டில் நிற்கும் வரை பார்த்துக் கொண்டு நின்ற சிவநாதன் சேட் பையில் இரண்டாக மடிந்திருந்த கடிதத்தை எடுத்து மூன்றாவது தடவையாகப் படித்தான்.

அதை இவனுடைய இளைய தங்கை சுசீலா ஊரிலிருந்து இவனுக்கு எழுதியிருந்தாள். வழமையான வேண்டுதல்களை விட விசேடமான புதினம் கடைசித் தங்கை மேகலா புத்திக்கு வந்து விட்டாள்; இருபதாம் திகதி தலைக்குத் தண்ணி வார்க்கப்படும் என்பதுதான்.

இரண்டாவது தடவையாக அம்மா ஊரிலிருந்து அய்ம்பது ரூபா அனுப்பியிருந்தாள். அதைக் கூட அவள் அனுப்பிவைக்க எவ்வளவு சிரமப்பட்டிருப்பாள் என்பது சிவநாதனுக்குத் தெரியும்.

அவன் அந்த மணிஓடரை தபால் கந்தோரில் மாற்றிக் கொண்ட போது அவன் முதலில் நினைத்துக் கொண்டது விவேகானந்தனைத்தான். இவ்வளவு நாட்களும் சினிமாவுக்கு இவனுக்கும் சேர்த்து விவேகானந்தனே ரிக்கற்றுக்கு பணம் கொடுத்துவிடுவான். ஹொட்டல் பில்களும் அவ்வாறே நடந்தன.

இன்று அவனைக் கொடுக்கவிடுவதில்லை. எங்கேயாவது நல்ல ஹொட்டலில் வயிறு நிறையச் சாப்பிட வேண்டும், அதற்கும் தானே பணம் கொடுக்க வேண்டும் என்று தீர்மானித்துக் கொண்டான்.

இவனுடைய நினைப்புகளை நினைத்து இவனே சிரித்துக் கொண்டான். முழுசாக தன்னுடையது என்று அய்ம்பது ரூபாவைக் கண்டதும் எண்ணங்கள் எல்லாம் எப்படி அலைப்புறுகின்றன.

சிவநாதன் அப்பொழுதுதான் நிமிர்ந்து பார்த்தான். கறுப்புப் பிறேம் மூக்குக்கண்ணாடி, சில மாதங்களாகவே வெட்டப்படாமல் நீண்ட தலைமயிர், சைட் பர்ன்ஸ், தொளதொளவென்ற ரவுசர், குதி உயர்ந்த சப்பாத்து, வலது கையில் சிகரெட் அநாயசமாக

ஊதித் தள்ளியபடி இவனையே பார்த்துக் கொண்டு நின்றவனைக் கண்டான். அவனுடைய கையைச் சேர்த்துப் பிடித்தபடி அவன் கூட ஒரு பெண்.

சிவநாதனுக்கு இவன், இவனோடு கூடப்படித்தவன் என்பது மாத்திரம் சட்டென்று நினைவுக்கு வந்தது. ஆனால் எந்த வகுப்பு? என்ன பெயர் என்பது நினைவில் தட்டுப்படவில்லை.

இவனுடைய தர்மசங்கடத்தைப் புரிந்த அவன் இன்னும் நெருங்கி வந்து தோள்களில் மெதுவாக அழுத்தினான். "நீ சிவநாதன் இல்ல? என்ன தெரியாதது மாதிரி நிக்கிறீர்? அதுக்குள்ள மறந்திற்றீரா?"

சிவநாதனுக்கு இப்போது நினைவுக்கு வந்தது. அவனோடு ஜெ.எஸ்.சி வகுப்பில் பி செக்சனில் படித்த ஜெகநாதன். அப்போது மிகவும் ஒடிசலாக சதைவற்றி எலும்புகள் துருத்த இருந்தான். 'சாயிராம்' என்று அவனைக் கேலி செய்து அழைத்ததுகூட நினைவிலிருந்தது.

'இப்போது என்னமா பருத்துவிட்டான். முகம் உப்பி கன்னங்கள் மொழுமொழுவென்று பொலிஸ்ட்டாக...'

'இவன் நல்ல உத்தியோகத்தில் இருக்க வேண்டும். நிறையச் சம்பளம் வாங்குகிறான். வசதியாக வாழ்கிறான்...' சிவநாதன் அவனுடைய தோற்றத்தைக்கண்டு மனதிற்குள் அசைபோட்டான். "என்ன ஜெகன், இப்படி ஆளே தெரியாமல் கொழுத்துப் போனாய். இப்ப எங்க வேலை செய்கிறாய்?"

சிவநாதன் கூட வந்த பெண்ணை ஓரக்கண்ணால் பார்த்துக் கொண்டே கேட்டான், அந்தப் பெண் தனக்கும் இந்த சம்பாஷணைக்கும் எதுவித சம்பந்தமுமில்லாதவள் போல் வீதியில் நெருங்கி அடித்துக் கொண்டு ஒன்றின்பின் ஒன்றாக ஊர்ந்து கொண்டிருந்த வாகனங்களை ஆர்வத்துடன் பார்த்துக் கொண்டிருந்தாள்.

ஜெகநாதன் இதைக் கவனிக்காதவனாக கையில் கருகி முடிந்திருந்த சிகரெட் துண்டைக் காலடியில் போட்டு 'சூவால்' மிதித்துக் கொண்டே இன்னொரு சிகரெற்றை எடுத்து இவனிடம் நீட்டினான். "நோ... தாங்ஸ்" என்றான் இவன்.

“நீ இன்னமும் அப்படியே இருக்கிறாய் குட்... வெரி குட். நீ இப்பவும் புட்போல் விளையாடுகிறது தானா அல்லது விட்டிற்றியா...?”

ஜெகநாதன் கேள்விகள் இவன் எதிர்பார்த்தவை தான். கல்லூரியில் படித்துக் கொண்டிருந்த காலத்தில் மூன்று வருஷங்கள் ‘பீ’ ரீமிலும், இரண்டு வருஷங்கள் ‘ஏ’ ரீமிலும் விளையாடியவன். பழைய கல்லூரி நண்பர்கள் பலர் இவனை வெகு நாட்கள் கழித்துக் காணும் போது இதை நினைவுபடுத்தத் தவறுவதில்லை.

“விளையாட்டு எல்லாம் இப்போ விட்டாச்சு. வேலை தேடிக் கொண்டிருக்கிறதுதான் இப்ப பெரிய பிரச்சினை. இப்ப அண்ணன் கூட இங்கேதான் இருக்கிறன்.”

“நானும் பம்பலப்பிட்டியில் தான். வசதிப்படும் போது அங்காலப் பக்கம் வாரும்.”

ஜெகநாதன் கைகளை அசைத்துக் கொண்டே விடை பெற்றான். அந்தப் பெண் மீண்டும் அவனுடைய இடுப்பை வளைத்துக் கொண்டாள். அவனும் தோள்களை அழுத்திப் பிடித்தபடி நடந்தான். அடுத்த வளைவில் நூற்றிப் பதினைந்து உறுமிக் கொண்டு வந்தது.

● ● ●

விவேகானந்தன் கைக் கடிகாரத்தில் நேரத்தைப் பார்த்துக் கொண்டே அவசர அவசரமாக அறையைச் சாத்திக் கொண்டு வெளியே வந்தான். சிவநாதனும் அவனைப் பின் தொடர்ந்து இருவருமாக படிவழியே இறங்கி வந்த போது சிறிவர்த்தனா எதிரே வந்தான்.

அவனுடைய கையில் கந்தோர் ‘பைல்’கள். அவன் இவர்களைப் பார்த்து முகம் மலரச் சிரித்தான். இவர்களும் சிரித்தார்கள்.

“சிறிவர்த்தனா நல்ல பையன். புறோக்கிறசிவ்வானவன். சோமபாலா அப்படியல்ல; சற்று கொம்யூனல் மைன்ட்.” விவேகானந்தன் இவனுக்கு மட்டும் கேட்கும்படியாக மெதுவாகக் கூறினான். “இவயளில் யாரை நம்புவது. என்னதான் முற்போக்கு பேசினாலும் அந்த நேரத்தில் தங்கட குணத்த காட்டிப் போடுவாங்க” என்றான் சிவநாதன் சற்றுச்சூடாக.

விவேகானந்தன் லேசாகச் சிரித்துக் கொண்டே தலையை ஆட்டினான்.

"உண்மைதான் சரியான அரசியல் உணர்வும் வர்க்கபேதமும் பெறாவிட்டால் எந்த முற்போக்காளனையும் இந்த உணர்வு லேசாக தட்டி எழுப்பிவிடும்... ஆனால் எல்லோரையும் அப்படிச் சொல்லிவிட என்னால் முடியவில்லை."

"வழக்கமான பதில் தான்" என்றான் சிவநாதன்.

"உண்மையும் அதுதான்" என்றான் விவேகானந்தன்.

இருவரும் பேசிக் கொண்டே நடைபாதை வழியே நடக்கத் தொடங்கினார்கள். சுவர்களில் எல்லாம் சிவப்பு மய்யில் எழுதப்பட்ட பெரிய போஸ்டர்கள் நிறைய ஒட்டப்பட்டிருந்தன. காலிமுகத்திடலில் நடக்கப் போகும் கூட்டம் பற்றியும் இருந்தன. இவன் கூட்டத்துக்குப் போக முடியாத நிலைமையும் அண்ணர். குறிப்பிட்ட வேலை விஷயத்தையும் விவேகானந்தனிடம் கூற வேண்டும் என்று நினைத்தான். எப்படி அவனிடம் போய் இதைக் கூறுவது?

திடீரென பின்னாலிருந்து இரைச்சல் கேட்டது. அது மெல்லமெல்ல சமீபித்துக் கொண்டு வந்தது.

இருவரும் நின்றார்கள். திரும்பிப் பார்த்தார்கள். குறுக்கு வீதியால் வந்து சந்தியில் ஒரு ஊர்வலம் திரும்பிக் கொண்டிருந்தது. அதன் முன்பாக பொலிசாரின் ஜீப் வண்டிகளும், மோட்டார் சைக்கிள்களும் உறுமிக் கொண்டு ஓடின. அவர்கள் இரு நிரைகளில் அணிவகுத்து வந்து கொண்டிருந்தனர். அதில் கிட்டத்தட்ட அய்யாயிரம் பேர் இருக்கலாம். அவர்கள் கைகளில் சிங்களத்திலும் ஆங்கிலத்திலும் எழுதிய சுலோக அட்டைகளை தூக்கிப் பிடித்துக் கொண்டிருந்தனர்.

அவர்கள் ஆக்ரோஷமாக கோஷங்களை எழுப்பிக் கொண்டிருந்தனர். சிவப்பு நிறக் கொடியில் வெள்ளை எழுத்துகளில் சுலோகங்கள் பளிச்சிட்டன.

சிவநாதன் கேட்டான்: "என்ன மச்சான், உங்க... ஆட்கள் போல இருக்கு." விவேகானந்தன் லேசாகச் சிரித்தான்.

எதுவும் பேசவில்லை. ஊர்வலம் இவர்களைக் கடந்து போய்க் கொண்டிருந்தது. ஊர்வலத்தில் ஒருவன் இவர்களைப் பார்த்து ஆக்ரோஷத்துடன் கத்தினான். அவனுடைய முகத்தில் தெறித்த குரூரத்தை சிவநாதனால் சகிக்க முடியவில்லை. சிவப்புச் சேலை அணிந்த பெண்கள் அணி றோசாமலர்க் கூட்டம் நகர்வது போல் அழகாக இருந்தார்கள். அவர்களது கீச்சிட்ட குரல்களும் இடையிடையே கேட்டது.

இப்பொழுது தமிழிலும் சில சுலோக அட்டைகள் எழுதப்பட்டிருந்தது சிவநாதனின் கண்களில் பட்டது. அதைக் கண்டதும் இவன் முகத்தில் பூரிப்பு.

"பரவாயில்லை, தமிழிலேயும் எழுதியிருக்கிறாங்க."

"இது உனக்கு ஆச்சரியமான விஷயம் தான்" என்றான் பதிலுக்கு விவேகானந்தன்.

தூரத்தில் ஜீப்பிலிருந்து இறங்கி ஊர்வலத்தை நோக்கி வந்து கொண்டிருந்த பொலிஸ் அதிகாரியின் விறைப்பான நடையைக் கவனித்தான் விவேகானந்தன்.

"அடுத்த வாரத்துக்கு இதுதான் 'சப்ஜக்ட்'. நான் இது பற்றி ஒரு 'ஆட்டிக்கிள்' எழுதியிருக்கிறேன்.

விவேகானந்தன் கூறிக் கொண்டே மீண்டும் நடக்கத் தொடங்கினான். பாதசாரிகள் கடப்பதற்குப் போடப்பட்டிருந்த வெள்ளைக் கோடுகளைக் கடந்து ஊர்வலத்தில் இறுதியில் நின்றவன் போய்க் கொண்டிருந்தான்.

"இவங்கள் எங்கே வேலை செய்யிறாங்கள். என்னத்துக்கு இந்த ஊர்வலம் நடக்குது" என்றான் சிவநாதன்.

"யூலை வேலை நிறுத்தத்தில் கலந்து கொண்டு வேலை இழந்தவர்களுக்கு ஆதரவாகத்தான் இந்த ஆர்பாட்டம். ஜனநாயகத்தின் மடியில் சம்பள உயர்வு கேட்டால் 'வீட்டுக்குப் போ' என்று அனுப்பிவிடுவார்கள். வேலை நிறுத்தம் செய்யும் உரிமை கூட இந்த நாட்டில் மறுக்கப்படுகின்றது. இதுதான் ஜனநாயகம்; தார்மீகம்."

விவேகானந்தனின் வார்த்தைகள் சற்றுச் சூடாக வெளிவந்தன. பாதசாரிகளுக்காக பச்சை லைற் எரிந்தது சற்று நேரம் நின்று விட்டு வெள்ளைக் கோடுகள் வழியே வீதியைக் கடந்து, பஸ் ஹோல்டிங் பிளேசில் நின்றார்கள்.

விவேகானந்தன் சொன்னான்: "உன்னைப் போன்ற பலர் வேலை இல்லாமல் போராடிக் கொண்டிருக்கிறார்கள். அதைவிட இவர்களைப் போல் வேலையிலிருந்தவர்கள் உயர்ந்து வரும் வாழ்க்கைச் செலவுக்கு ஈடு கொடுக்க முடியாமல் தவித்துத்துக் கொண்டிருக்கிறார்கள். சாதாரண நிலையிலுள்ள எவருக்குமே வாழ்க்கைக்கான உத்தரவாதம் இல்லை."

விவேகானந்தன் சொல்லி முடிக்கவும், சிவநாதன் ஆச்சரியத்துடன் இவனைப் பார்த்தான். இவனோ கைக் கடிகாரத்தைப் பார்த்துக் கொண்டே தூரத்தில் தெரிந்த பஸ்ஸை கவனித்தான்.

"அப்ப நான் வேலை தேடுகிறதுகூட வீண்வேலை என்று சொல்லுகிறீரா?"

விவேகானந்தன் சிரித்துக் கொண்டே கூறினான்: "நான் அப்படிச் சொல்லவில்லை. வேலை கிடைத்தாலும் கூட நீ நினைப்பது போல் கஷ்டங்கள் எல்லாம் தீர்ந்துவிடாது. இன்றைய வாழ்க்கை நிலை அப்படி."

சிவநாதனின் முகம் இறுகிவிட்டது. அவன் குழப்பம் அடைந்திருந்தான். இவனுக்கு வரும் போதிருந்த உற்சாகம் இல்லை. இவர்கள் நின்ற ஹோல்டிங் பிளேசின் முன் பஸ் ஒன்று வந்து தரித்தது. அந்த பஸ்ஸில் நின்று இறங்கிய ஒருவன் விவேகானந்தனைக் கண்டதும் கையை அசைத்துக் கொண்டே அருகே வந்தான்.

"கூட்டத்துக்கா?" என்றான். "ஆம்" என்பது போல் விவேகானந்தன் தலையசைத்தான்.

"என்ன மச்சான் செய்வது? வேலை பறிபோனதிலிருந்து வீட்டிலிருந்த கோழிகூட முட்டை இட மறுக்குது... ஆனாலும் என்ன, போராடித்தான் பார்க்கப் போறன்..."

விவேகானந்தன் திரும்பி சிவநாதனைப் பார்த்தான். சிவநாதன் பேசிக் கொண்டு நின்றவனின் காய்ந்த முகத்தையும், சோர்வடைந்திருந்த கண்களையும், சொற... சொறவென்று வளர்ந்திருந்த தாடியையும் பார்த்தான்.

"இன்றைய செய்தியோடு வேலை நிறுத்தம் செய்தவர்களில் ஆறுபேர் தற்கொலை செய்திருக்கிறார்கள்" என்றான் விவேகானந்தன்.

"நான் அப்படிச் செய்யப் போவதில்லை" என்று சிரித்துக் கொண்டே கையை அசைத்தபடி விடை பெற்றான் அந்த நண்பன். இவ்வளவு நேரமும் மவுனமாக நின்ற சிவநாதன் சற்றுத் தயக்கத்துடன் பேசினான்.

"ஸ்ரைக்கில் நின்றவர்களின் இடத்திற்கு ஆட்களை எடுக்கப் போகிறார்கள். என்னையும் அண்ணர் ஏழு மணிக்கு முன் வரச் சொல்லியிருக்கிறார். இது சம்பந்தமாக ஒருவரைச் சந்திக்க வேண்டும்.

சிவநாதனின் தயக்கத்தைப் புரிந்து கொண்ட விவேகானந்தன் மீண்டும் சிரித்தான். அந்தச் சிரிப்பு சிவநாதனை என்னவோ செய்தது. இவனது 'ஈகோ'வை ஊடுருவி உருவழித்தது.

"அப்போ நீர் கூட்டத்துக்கு வரப்போவதில்லை." சிவநாதன் மவுனமாக நின்றான். பஸ் வந்தது. விவேகானந்தன் 'அவக்கென்று' ஏறிக்கொண்டான். சிவநாதனும் அதில் தொற்றிக் கொண்டான். விவேகானந்தன் இவனை ஆச்சரியத்துடன் பார்த்தான்.

"நானும் கூட்டத்துக்கு வருகிறேன். அண்ணரோடு போகப் போவதில்லை."

சிவநாதன் நறுக்கென்று பதில் அளித்தான். வீட்டுக்குப் போனதும் அவனுடைய அண்ணர், இன்னுமொரு தடவை இவனை 'பொறுப்பில்லாதவன், சோம்பேறி' எனத் திட்டப் போவதை நினைத்துத் தனக்குள் சிரித்துக் கொண்டான்.

◉

வானம் எப்போதும் இருண்டு கிடப்பதில்லை

மடிக்குள் செருகி வைத்திருந்த கொட்டைப் பெட்டியைத் திறந்து சுருட்டு ஒன்றை எடுத்து பற்ற வைத்துக் கொண்டே ஆகாயத்தை நிமிர்ந்து பார்த்தான் அந்தோனி.

இரவு முழுவதும் சோவாரியாக மழை பெய்திருந்தது. இருந்தும் கருக் கொண்ட மேகங்கள் இன்னும் கலையவில்லை. அங்கும் இங்குமாக திட்டுத் திட்டாக நிலை கொண்டிருந்தன. அடுத்தொரு நீண்ட தூற்றலுக்கான ஆரவாரிப்பு. அடிவானத்துக்குள்... இடையிடையே ஒளி வெட்டுக்கள். கிழக்குப் புறத்தில் சற்று வெளுப்பு. விடிவெள்ளி அதற்குள் தான் முளைத்திருக்க வேண்டும்.

இருள் கவிந்திருந்த நீர்ப்பரப்பில் கரு...கருவென நிழல்களின் அசைவு. அங்கும் இங்குமாக காவாப் பறவைகளின் பயங்கர அலறல். வெண் சிறகு விரித்து ஆகாயம் முழுவதும் அலைந்து கொண்டிருந்தன கடற் கொக்குகள். அலைகளைப் பிரித்துச் செல்லும் தோணிகளின் சள...சள...வென்ற சத்தம். பலவித மனிதக் குரல்களின் அத்தியந்த சமிக்ஞை ஓசைகள் வேறு. கடற் பரப்பே இருவாளித்துக் கொண்டிருந்தது.

பட்டிவலை இழுப்பு அங்கங்கே தொடங்கிவிட்டன.

கையில் கருகிக் கொண்டிருந்த சுருட்டை ஒரு தடவை தம்பிடித்து இழுத்து ஊவ்...ஊவ்... என்று ஊதி விட்டு நீருக்குள் வீசி எறிந்தான். சுருட்டின் நுனியில் தெரிந்த ஒளிப்பொட்டு நொய்... என்று நீருக்குள் அவிந்து போனது. தோணியின் அணியப்பக்கம் பார்த்தான்.

ஒல்லணிக்குள் படுத்திருந்த இவன் மகன் இன்னும் எழும்பவில்லை. சாக்கினால் உடல் முழுவதையும் இழுத்துப் போர்த்துக் கொண்டு குறண்டிப் போய்க் கிடந்தான். இவனுக்கே உடல் தாளவில்லை. இவனுடைய தளர்ந்து போன தசை நார்களே குளிரின் கடுகடுப்பில் விறைத்து இறுகியது. எலும்புக் குருத்தில் குத்தி... குத்தி... எடுப்பதுபோல் ஊய்...ஊய்... என இரையும் வாடைக் கச்சான் வேறு.

அய்ம்பது வருஷத்துக்கு மேலேயே கடலோடும் காற்றோடும் வாழ்கின்ற அவனுக்கே இந்த நிலை என்றால், சில நாட்களே கடலுக்குள் கால் வைத்த அவன் மகனுக்கு எப்படி இருக்கும்?

அவனுக்கு மகனை அழைத்து வந்ததில் வருத்தம்தான். ஒரு நாள் முழுவதும் கடலோடு கிடந்து உழைத்தாலும் ஒரு பொழுது போவதே பெரும்பாடு. அதற்குள் இவனுடைய படிப்பையும் இடை நடுவில் நிறுத்திவிட்டு இந்தக் குளிருக்குள் இறக்கி வாட்டி எடுப்பது அவனுக்கு வருத்தம் தான். ஆனாலும் அவன் என்ன செய்வான்...?

ஒவ்வொரு அதிகாலையும் புதிதாகப் புலரும் போதும் கிழக்குப் புறத்தை நோக்கும் அவன் கண்கள் எங்கேயாவது ஒரு நம்பிக்கைக் கீற்று வாழ்வின் பற்றுக் கோடாய் முளைத்து எழுந்து வராதா? அந்த நம்பிக்கை அந்த மாலையில் இருளோடு புதைந்து போகும்.

ஒவ்வொரு நாளும் புதிய அதிகாலை... பொழுதோடு புதைந்து போகும் அந்திமாலை.

"என்ன அந்தோனி அண்ணே, இன்னும் வலை இழுக்கயில்லியா...? நல்லா பொழுது ஏறியிற்றே... எங்க மகனக் காணயில்ல..."

பக்கத்துப் பாட்டிலே நின்று வலையை இழுத்துக் கொண்டிருந்தவனின் குரல் காற்றின் இரைச்சலையும் மீறிக் கேட்டது. இவனும் பதிலுக்கு இரைந்தான்.

"ஓம்... ஓம்... நல்லா பொழுது ஏறித்தான் போச்சு மழை மூட்டத்துக்கு ஒன்றுமே தெரியவில்லை..."

கடையால் பக்கம் நின்றவன் மெதுவாக நகர்ந்து ஒல்லணியைத் தேடி வந்தான். அலை எறிப்புக்கு ஏற்ற விதத்தில் தோணி எம்மி எம்மிக் குதிபோட்டது. கட்டை அவிழ்த்துக் கொண்டு பாய்ந்துவிடும் முனைப்பு.

"தம்பி சேவியர்... எழும்பு மோன... நல்லா விடிஞ்சு போச்சு. அங்காலப் பக்கம் எல்லாரும் வல இழுத்துப் போட்டு வெளிக்கிடுகிறாங்க..."

அவன் மகனின் உடலில் மெதுவாகத் தட்டினான். சற்று அசைந்து கொடுத்தது உடல். மெல்லிய முனகல் வேறு. தேகம் முழுவதும் போர்த்திருந்த சாக்கு மாத்திரம் விலகவில்லை. இன்னும் இன்னும் வெளியே தெரிந்த காலின் பாதங்களையும் இழுத்துப் போர்த்துக் கொள்ள எத்தனித்தான். இவன் விடவில்லை அவன் புறுபுறுத்துக் கொண்டே எழுந்து கொண்டான். திடுமென அவன் எழுந்த வேகத்தில் தோணி ஒரு பக்கம் சரிந்தது. ஒருகணம் தடுமாறியவன் டக்கென்று பயத்தில் தோணிக்குள் குந்திக் கொண்டான். சள...சள...வென்று இரு பக்கமும் நீரை அடித்துக் கொண்ட தோணி சமநிலைக்கு வந்தது.

அந்தோனிக்கு சிரிப்புச் சிரிப்பாக வந்தது. மகன் ஒருகணம் பட்டபாடு. இன்னும் தான் இவனுக்கு பயம் தெளியவில்லை.

ஒல்லணியை அவிழ்த்து சுற்றிச் கடையாலுக்குள் வைத்தான். அணியப் பலகைக்குள் செருகியிருந்த கம்பை இழுத்து வெளியே எடுத்தான். படுக்கைக்கு விரித்திருந்த கடிப்பு வலையை உதறிச் சுற்றி மெதுவாகக் கடலுக்குள் இறக்கினான். உடுத்தியிருந்த சாரத்தை அவிழ்த்து தலையில் கட்டிக் கொண்டு கமிசாணத்துடன் குனிந்து கடல் நீரைத்தொட்டு நெற்றியில் சிலுவைக் குறி இட்டான். "யேசுவே... மாதாவே..." என்று மனதுக்குள் முணுமுணுத்தபடி மெதுவாக நீருக்குள் இறங்கினான்.

அன்று நன்றாகவே வெள்ளம் போட்டிருந்தது. மழை நீர் வேறு முட்டிக் கொண்டிருந்தது. வழமைக்கு மார்பளவு நிற்கும் நீர், இன்று கழுத்தளவு உயர்ந்து நின்றது. இவ்வளவு இவன் மகன் இன்னும் வளரவில்லை. இவனுக்கு மீண்டும் அந்த நினைப்பு இப்போது வந்தது. தோணியில் நின்றவனைப் பார்த்தான்.

அவன் வலைக்குள் தெரிந்த கடலின் அடிவயிற்றைப் பார்த்துக் கொண்டிருந்தான். நீரில் இன்னும் வெளுப்புத் தெரியவில்லை. மினுக்...மினுக்கென்று ஒளியுடன் மீன்கள் அங்குமிங்குமாக ஓடித் திரிவது நன்றாகத் தெரிந்தது. இவற்றைப் பார்க்க சேவியருக்குச் சந்தோசமாகத்தான் இருந்தது. எவ்வளவு நேரம்தான் அதைப் பார்த்துக் கொண்டிருக்க முடியும்? இவன் நிமிர்ந்து பார்த்தான். அப்பு இவனையே பார்த்துக் கொண்டிருந்தது தெரிந்தது.

சேட்டைக் கழற்றி வைத்துவிட்டு இவனும் சாரத்தை அவிழ்த்து தலையில் கட்டிக்கொண்டான். அப்பு பார்த்துக் கொண்டிருந்த போதே இவன் 'தொழக்'கென்று நீருக்குள் இறங்கியவன் ஒரு கணம் மூழ்கிப் போனான். மறு கணம் திணறிக் கொண்டு மேலே வந்து வலைக்கம்பில் பிடித்துக் கொண்டான்.

அந்தோனிக்கு மகன் இறங்கிய தோறணை சரியாகப்படவில்லை. கோபம் கூட இருந்தது. எத்தனை தடவை தான் இவனுக்குச் சொல்லிக் கொடுப்பது?

அந்தோனி அந்த ஊரிலேயே களங்கட்டித் தொழிலில் பேர் எடுத்தவன். நீர் நிலை பார்த்து பாடு பிடித்துப் பாய்ந்தால் அதன் சீரே வேறுதான் எனப் பலரும் அவன் முன்னிலையிலேயே பேசிக் கொள்வார்கள் இதில் இவனுக்கும் தலை கனத்த பெருமைதான். பத்து வயதிலேயே பேரக்கிழவனுடன் பட்டிவலை இழுக்கத் தொடங்கிவிட்ட அனுபவம் சும்மா லேசானதா?

ஆனாலும் என்ன! அவன் தனக்கென ஒரு தோணியைக்கூட இன்னும் சம்பாதித்துக் கொள்ளவில்லை.

ஒரு சனிக்கிழமை அதிகாலையில் கடலிலிருந்து திரும்பியிருந்த போது மூத்த மகள் மெக்டலின் அழுதபடி வீட்டு மூலையிலிருந்தாள். மணமுடித்து மூன்று மாதம் கூட முழுதாக ஆகாமல் இருக்க, இவள் ஏன் புருஷன் வீட்டிலிருந்து உடுத்த துணியோடு வந்திருக்கிறாள்...?

விசாரித்ததில் புருஷன், பேசி வைத்த சீதனத்தோடு வரும்படி அனுப்பி வைத்திருந்தான் என்பது தெரியவந்தது. அன்று மாத்திரம்தான் அப்படி நடந்தது. அதற்கு முன்பே பல நாட்கள்

சிறுகதைகள் | அதிர்வுகள் | கவிதைகள் 75

'அரியண்டங்கள்' தொடர்ந்து வந்திருப்பதையும் அறிந்து கொண்டான்.

அவனுக்கு அதைக் கேட்டதும் கோபம் உச்சியில் அடித்தது என்னமோ உண்மைதான். பக்குவமாய்ச் சிந்தித்துப் பார்க்கையில் அவனுடைய இயலாமை அவனுக்கே புரிய வந்த போது தன்னையே நிந்தித்துக் கொண்டான்.

மரியம்மா கொண்டு வந்த அரைப்பரப்புத் துண்டுக் காணியும், அரைச் சுவர் கட்டிய ஒரு ஓலைக்கொட்டிலும் இவனுக்கு என்று சொல்ல இருந்தது. அதுவும் இவன் பெண்ணின் கல்யாணச் செலவுக்கென வாங்கிய இரண்டாயிரத்துக்கும் ஈட்டில் இருந்தது. அதற்கென வட்டி வேறு வளர்ந்தது.

மூத்தவள் ஒருத்திதானா... அடுத்து அடுத்து இன்னும் இரண்டு வீட்டில் குந்திக் கொண்டிருந்து பயமுறுத்திக் கொண்டிருக்க... இன்றோ... நாளையோ என்று இன்னும் மூன்று... பின் முன்னாக...

நீண்ட நாள் வீட்டில் இருந்தவள் ஏதோ ஆசைப்பட்டு விட்டாள் என்பதற்காக தனது இயல்புக்கு மீறிய வாக்குறுதிகளைக் கொடுத்துவிட்டதன் பலன் இவனுக்கு இப்போதுதான் புரிய வந்தது.

கோவில் சபை வரை சென்று, கட்டளைக் குருவின் சந்நிதானம் வரை வழக்காடிப் பார்த்து விட்டான். தீர்ப்பு இவனுக்குச் சாதகமாக இருக்கவில்லை. இன்னும் இன்னும் அவமானங்கள் பூதாகரமாக எதிரே திரண்டு எழுந்தன. இவன் கலங்கிப் போய் மவுனமாகி விட்டான்.

தலைக்கு மேலால் காவா ஒன்று பயங்கரமாக அலறிச் சென்றது. வலைக்குள் அடைந்து கிடந்த சாதாளைகளை அள்ளி வெளியே எறிந்து கொண்டிருந்தவன், ஒரு கணம் துணுக்குற்று விட்டான். என்ன பயங்கரமான சத்தம் இந்தப் பறவைக்கு.

சேவியர் வலைக் கம்புகளைப் பிடித்துக் கொண்டே வாசல் வழியே 'வில்லுக்'குள் வந்துவிட்டான். அலை எழுந்த போது வாய்க்குள் புகுந்த உவர்நீர் அவனுக்கு தொண்டைக்குள் கரித்தது.

இருவரும் வலையை இழுத்தனர். 'வில்லு'க்குள் ஒரு மச்சச்சாதியும் பிடிபடவில்லை. 'பட்டி'க்குள் மாத்திரம் சில முரல் குஞ்சுகள், அய்ந்தாறு திரளி மீன்கள், சில வெள்ளை இறால்கள் தெறித்தன. வலையில் ஊர்ந்து வெளியேறிக் கொண்டிருந்த நண்டுக் குழுவான் ஒன்றை அப்பு பக்குவமாக கையினால் பொத்திப் பிடித்ததை சேவியர் ஆச்சரியமாகப் பார்த்தான்.

இவர்கள் வலையை இழுத்துக் கொண்டு தோணியில் ஏறியபோது பொழுது நன்றாகவே வெளுத்து விட்டது. குளிரின் கடு... கடுப்பும் குறைந்து கொண்டு வந்ததாயினும் மழைக்கான மூட்டத்தின் அறிகுறி இன்னும் இருந்து கொண்டுதானிருந்தது.

• • •

தோணி களத்துக்கு வந்துவிட்டது. சாதாளைகள் வேறு தோணியின் முதுகுப்புறத்தை உரசின. மனிதக் காலடிகள் பட்டுச் சிதம்பிய சேற்றின் நாற்றம் மூக்கில் 'பக்'கென்று அடித்தது.

கரைக்கு வந்த தோணிகளிலிருந்து பலர் மீன்களைத் தெரிந்து கொண்டிருந்தனர். தோணிகளைச் சுற்றி பல சிறுவர்கள் மொய்த்துக் கொண்டிருந்தனர். கடைவாயில் எச்சில் காய்ந்து கண்களில் பீளை தள்ள அழுக்குத் துண்டுகளை இடுப்பில் சுற்றிக் கொண்டு கிழிந்து போன உமல்களுடன் தங்களுக்கும் அதில் எஞ்சாதா? என்னும் ஏக்கம் அவர்கள் கண்களில்...

அந்தோனியின் தோணியைக் கண்டதும் இவர்களில் சிலர் முண்டி அடித்துக் கொண்டு அருகே வந்தனர். பிடிக்கப்பட்ட சொற்ப மீன்களும் ஏற்கனவே பொறுக்கிப்பறிக்குள் போடப் பட்டுவிட்டன. வெறும் தோணிதான் அவர்கள் பார்வையில் பட்டது ஏமாற்றத்துடன் அடுத்த தோணிக்கு நகர்ந்தனர்.

அந்தோனி தலைக்குக் கட்டியிருந்த துண்டை அவிழ்த்து காய்ந்து சொரசொரவென்றிருந்த முகத்தை அழுத்தித் துடைத்தான். அதையே சுமிசாணத்துக்கு மேலால் சுற்றிக் கொண்டான்.

"தம்பி... நீ... வள்ளத்தக் கழுவிப்போட்டு... கடிப்பு வலைய அலசிவை... நான் மீன் வித்துப்போட்டு சுறுக்காவாறன்... நல்லா நேரம் போச்சு. சந்த குலயப் போவுது..."

அந்தோனி பறியையும் மீனையும் காவிக் கொண்டு சந்தையைத் தேடி நடந்தான். சேவியருக்கோ வீதிக் கரையில் நின்று மொய்த்துக் கொண்டிருந்த சிறுவர்கள் மத்தியில் நின்று சுறுசுறுப்பாய் பாயாசக் கஞ்சி விற்றுக் கொண்டிருந்த சித்தி காக்காவிலேயே கண் விழுந்து கொண்டிருந்தது.

ஆனாசி தூரத்தில் வரும் போதே பறியின் கனப்பில் கணக்கெடுத்துக் கொண்டாள். அந்தோனிக்கு இன்று வாய்க்கவில்லை. ஆனாசியின் முகம் 'சுருக்'கென்று இழுத்துக் கொண்டது. உழைப்புக் குறைந்துவிட்டால் 'கூறியான்' வருவாயும் இவளுக்குக் குறைந்து விடும் என்பது அவளுக்குத் தெரியும்.

அவன் அவளுடைய சுளகில் மீன்களைக் கொட்டிவிட்டு மற்றவர்களுக்குக் கிடைத்த உழைப்பையும் அவதானித்தான். சுற்றி நின்றவர்களின் முகத்திலும் 'தெம்பு' இல்லை.

"ஆச்சி... இது என்ன கேக்குவினம்..." சைக்கிள் வியாபார மணியத்தின் குரல் தான் வழமை போல் முந்திக் கொண்டது. பருமனான மீன்களைத் தட்டி மேலே பரப்பிக் கொண்டிருந்த ஆனாசி நிமிர்ந்துகூடப் பார்க்கவில்லை. குரலில் சூடு பறந்தது.

"இப்பதான் நவாலி மேரி அய்ஞ்சு ரூபா கேட்டுப் போட்டுப் போறாள். ஆரெண்டாலும் ஏழு ரூபாக்காறர் தூக்குங்கோ... இந்தக் காத்துக்கையும் மழைக்கையும் கிடைச்ச உழைப்பு இதுதான்..."

கோவில் குத்தகைச் சிலுவை முத்து தனக்குச் சேர வேண்டிய பத்தில் ஒன்றை பிடுங்கிக் கொள்ளும் முனைப்பில் கணக்கு எழுதும் கொப்பியுடன் அருகே வந்து நின்றான் இயந்திர கதியில் 'மீன் சுளகுகள்' கை மாறிக் கொண்டிருக்கும் அந்த வியாபார ஸ்தலத்தில், பல தொழிலாளர்களின் விற்பனைக் கணக்குகளை பிசகாமல் பதிந்து கொள்வதுடன், இடையிடையே 'தரகாக' நின்று மீன்களின் விலைகளையும் நிர்ணயித்து வைக்கின்றவன். இந்த இடத்தில் அவனுக்கென்றே சில அதிகாரங்கள்.

"என்ன கேக்குவினம் ஆனாசி... இந்தக் கூற..."

"நான் நாலு கேக்கிறன் ஆரெண்டாலும் கூட வைச்சு எடுங்க."

“சரி ஆறெண்டாலும் அய்ஞ்சுக்காறர் தூக்குங்க.”

குத்தகையின் உரத்த குரல் அதிகாரத்துடன் பிறந்தது. ‘சைக்கிள்’ மணியமும், நவாலி மேரியும் ஏக காலத்தில் மீன் சுளகை கைப்பற்ற முனைந்தனர். சில நிமிடங்கள் வரை இருவருக்குள்ளும் இழுபறி. மேரி சற்று களைத்துவிட்டாள். ஆற்றாமையினால் தூசணித்துக் கொண்டே தனது கொழுத்த கெழுத்து மீன் போன்ற பருத்த உடலை மெல்ல அசைத்து அசைத்து அடுத்த சுவருக்கு நகர்ந்தாள். மணியமும் விட்டுவிடவில்லை. குமரியின் மிதமிஞ்சிய தசை வாகுவைப் பற்றி இவன் சொன்ன விரசமான வார்த்தைகள் எல்லோரையும் விழுந்து விழுந்து சிரிக்க வைத்தது.

அந்தோனிக்கோ மீனுக்கு விலை போகாதது என்ற வருத்தம். இவனும் ஒரு ரூபாவது கூட விற்றிருக்கலாம் என்று நினைத்தான். இன்னும் சற்று நேரம் வைத்திருந்துகூடப் பார்த்திருக்கலாம் போல் அவனது மனதுக்குப்பட்டது. ஆனாலும் அவன் என்ன செய்ய முடியும், குத்தகையே சொன்னதற்குப் பிறகு?

சிலுவைமுத்தர் பணத்தை வாங்கி எண்ணி தனது ‘கணக்கை’ முடித்துக் கொண்டு மிகுதியைக் கொடுத்தார். இவன் மவுனமாக அதை வாங்கி மடியுக்குள் செருகிக் கொள்ளப் போனவன்; கூறியான் ஆனாசியின் பார்வையைக் கண்டு கொண்டவனாய் ஒரு அய்ம்பது சதக் குத்தியை சுளகில் போட்டான்.

“களவு போன வல இன்னம் கிடைக்கவில்லையா அந்தோனி. கரையூர் சங்கத்தில் போய் ஒருக்கா அறிவித்துப்போட்டு வாவன் - எத்தின நாளைக்கிதான் இப்படி ஒத்த வலையோட மாரடிக்கப் போற.” குத்தகை எப்போதும் இப்படித்தான். ஏதோ தொழிலாளர்களில் அதிக அக்கறை உள்ளவர் போல பிகங்கிக் கொள்வார். அது இவனுக்கு மட்டும் தெரியாமல் என்ன... இவனே மறந்து போன விஷயம்.

“எல்லா இடமும் பாத்தாச்சு குத்தக. ஒருடமும் வரேயில்ல யெண்டிற்றாங்க. இது உள்ளாளும் கள்ளாளும் தான் விளையாடியிருக்கிறாங்க போல எனக்குப் படுகுது.”

அந்தோனி வெறும் பறியைத் தூக்கிக் கொண்டு நிமிர்ந்து பார்த்தான். வீதிக் கரையோரம் சித்தி காக்காவின் பாயாச கஞ்சிக்

கூட்டம் இன்னும் அதிகரித்தது. சேவியரின் தலையும் இடையே தெரிந்தது.

இவனுக்கும் வயிற்றைக் கிள்ளியது. சின்னத் தம்பியரின் பெட்டிக்கடையில் இரண்டு தோசையாவது வாங்கிச் சாப்பிட்டால் தான் அந்த வயிற்றுக்குள் எரிவது தணியும் போல் இருந்தது. ஒரு தடவை கடைக்குள் புகுந்து வெளியே வந்துவிட்டால் வீட்டுக்கு கொண்டு செல்ல காசு எதுவும் மிச்சமா இருக்குமோ? வீட்டுக்குப் போய் ஏதாவது பார்த்துக் கொள்ளலாம் என்ற நினைப்பில் தோணியைத் தேடி நடந்தான்.

பின்னால் இருந்து யாரோ ஒருவன் உரத்து அழைத்தான். இவன் திரும்பிப் பார்த்தான்... கடைக் குத்தகைக்காரர் செல்லத்துரையர் தான் பின்னால் வந்து கொண்டிருந்தார். இப்பொழுதுதான் இவனுக்கு கடைக் காசு கொடுக்கவில்லை என்பது நினைவுக்கு வந்தது. இவன் மடியைப் பிரித்து காசை எண்ணி எடுப்பதற்குள்ளேயே செல்லத்துரையா முந்திக் கொண்டார்.

"என்ன காணும் பேசாமல் பறயாமல் நழுவப் பார்க்கிறீர். கூடக்காசு குடுக்கிறது மறந்து போச்சோ. நாங்க இவ்வளவு பணத்தை வீ.சி.க்கு அள்ளிக் குடுத்திற்று ஒரு ரூபா மசிர்க் காசுக்காக உங்களுக்குப் புறத்தால திரிய வேண்டியிருக்கு."

அந்தோனி ஒரு கணம் குறுகிப்போனான். திருடி விட்டுப் பிடிபட்டவன் போல சுற்றி நின்றவர்கள் இவனைப் பார்த்த பார்வை... இந்த வயதிலும் இப்படி ஒரு அவமானம்.

"தம்பி செல்லத்துரை கொஞ்சம் வயசுக்கெண்டாலும் மரியாதையாய்ப் பேசும். உம்மட காசு நாய் தின்னாக் காசு ஏதோ வேணுமெண்டு செய்தது மாதிரி துள்ளிக் குதிக்கிறீர்."

அந்தோனி வேகத்தில் எறிந்த ஒரு ரூபாக்குத்தி அவனுடைய மூஞ்சியில் அடித்துவிட்டது போல் அவன் காலடியில் 'தொப்'பென்று விழுந்து உருண்டு மணலுக்குள் புதைந்து போனது. புதைந்து போன காசைப் பெருவிரலால் தோண்டி எடுத்து மண்ணை ஊதி மடியுக்குள் செருகிக் கொண்ட செல்லத்துரையன் பக்கத்தில் நின்றவனுக்குச் சொன்னான்:

"ஒரு பொம்புளப் பிள்ளைக்கு சீதனம் கொடுத்து கரை சேர்க்க ஏலாத பொறுக்கியள்... ரோசம் மட்டும் மூக்கு நீளத்திலை..."

• • •

கடலில் இருந்து திரும்பியவன் உடலைக் கூடக் கழுவிக் கொள்ளவில்லை. அப்படியே திண்ணையில் குவித்துக் கிடந்த கிழிந்த வலைக் குவியல்களுக்கு மேல் சாய்ந்து விட்டான். அடித்துப் போட்டது போன்ற உடல் சோர்வு. இப்பொழுதெல்லாம் அது அதிகமாகவே ஏற்படுவது அவனுக்கும் தெரிந்துதான் இருந்தது.

"அப்பு எழும்பண. இதத் திண்டு போட்டுப் படண..."

அந்தோனி தலையை நிமிர்த்திப் பார்த்தான். மூத்தவள் மெக்டலின் இரண்டு முறி அவித்த கிழங்கும் அரைத்த மிளகாய்ச் சாம்பலையும் தட்டில் வைத்துக் கொண்டு நின்றாள்.

"புள்ள, ஆச்சி எங்க போனவ...?"

"கோயிலுக்குப் போயிருக்கிறா."

"நீ போகேல்லியா...?"

அவள் மவுனமாகத் தலையைக் கவிழ்த்துக் கொண்டாள். புருஷன் வீட்டில் இருந்து வந்ததிலிருந்து அவள் ஊருக்குள் முகம் காட்ட அப்படி ஒரு தயக்கம்.

"தேகமெலாம் ஒரே அலுப்பா இருக்கு மோளை... கொஞ்சம் சுடுதண்ணி வைச்சுத்தா..."

மெக்டலின் கிழங்குத் தட்டை அப்படியே வைத்து விட்டு தண்ணீர் சுட வைப்பதற்காக குசினிக்குள் புகுந்து கொண்டாள்.

குஞ்சுங்குருமனுமாக வீடு நிறைந்து கிடக்கும் அந்தோனியின் பிள்ளைகள் ஒன்றையுங் காணவில்லை.

"அவங்களும் பூசைக்காக கோயிலுக்க போயிருக்க வேணும். அவங்களும் தான் பூச பிராத்தின எண்டு நாள் தவறாமல்

போய் வருவினம். அந்தத் 'தேவன்' தான் இன்னும் இரங்கக் காணயில்ல..."

அந்தோனி மறுபடியும் வலைக்குவியலுக்கு மேல் சரிந்து கொண்டான். அவனுடைய சிந்தனை எல்லாம் தோணிக்கான கூலிக்காசும் கொடுத்த பின் மிஞ்சப் போகும் நாலோ அய்ந்து ரூபாவில் எப்படி இன்றைய பொழுதைப் போக்குவது என்பதிலேயே தீவிரமாக இருந்தது.

◉

இழப்பு

கருக்கலின் மென் இருட்டு. கனத்த மவுனத்தைக் கிழித்துக் கொண்டு காகக் கூட்டங்கள் கத்தின. தெரு நாய்கள் ஊளையிட்டன. எங்கேயோ பட்டமரப் பொந்திலிருந்து கிளிக்குஞ்சு ஒன்று எதையோ பார்த்துப் பயந்து கீச்சிட்டுக் கத்தியது.

சரசுவுக்கு விழிப்புக் கண்டது. கண்ணுக்குள் என்னவோ உருளுவது போல் கச...முசவென்று எரிந்தது. தேகம் முழுவதும் அடித்துப் போட்ட சோர்வு. கிடுகுவரிச்சுக்களால் பகல் உள்ளே வந்தது.

"அதுக்குள்ள விடிஞ்சு போச்சா..."

அவள் அலுத்துக் கொண்டாள். எப்போதும் அவளுக்கு அப்படித்தான், தூக்கத்திலிருந்து எழுந்து கொள்வதே பெரும் கவலை போல, நேற்று அம்மன் கோயில் கடைசித் திருவிழா. ஸ்பீக்கரும் சினிமாப் பாட்டும் அந்த அயல் முழுவதும் கலகலத்துப் போயிருந்தது. இரவு வழமை போல் குட்டித் தம்பியின் சங்கிலியன் கூத்து. திருவிழாவின் உச்சம். இரவு முழுவதும் வெற்றிலையைப் போட்டு அரைத்துக் கொண்டே கொட்டக் கொட்ட விழித்திருந்து பார்த்துவிட்டு சற்று நேரத்திற்கு முன்தான் தனது பரிவாரங்களுடன் வந்து படுக்கையில் சரிந்திருந்தாள் சரசு.

குட்டித் தம்பியரின் பாட்டு இப்பொழுதும் காற்றினில் கிணு... கிணுத்தது. முகம் கூட முன்னுக்கு வந்து கண்ணுக்குள் நின்றது. சரசுவுக்கு அப்படி ஒரு பிரியம் அவன் பாட்டில். பாட்டில் மட்டுந்தானா?

அவள் எதையோ நினைத்தாள். எதற்காகவோ சிரித்தாள்.

“ஊரில் உள்ளவர்களெல்லாம் என்னமோ... என்னமோ... எல்லாந்தான். வாயிலை வச்சுப் பேசுறாங்க. அது என்ன இழவோ... அப்படி ஒரு பிரியம் எனக்கு... என்ர புருசனில் வச்சிருந்த மாதிரி.”

பக்கத்திலே குழந்தை முலைக்காம்பைச் சப்பியபடி உறங்கிப் போயிருந்தது. அதன் கடைவாயைத் துடைத்துவிட்டு சட்டையை இழுத்துச் சரி செய்து கொண்டே எழுந்தாள். குழந்தையின் மூத்திரத்தால் சேலை நனைந்திருந்தது. பிழிந்துவிட்டுக் கொண்டாள். கிழியல் இல்லாத பக்கமாக புரட்டிப் பார்த்து சீராக உடுத்துக் கொண்டாள்.

“எடி... பொன்னு... எழும்படி... நல்லா நேரம் போட்டுது...”

பொன்னுவை எழுப்பினாள். அவள் என்னென்னவோ முணுமுணுத்தாள். பக்கத்தில் கிடந்த சின்னவள் தலையை நிமிர்த்திப் பார்த்துவிட்டு மறுபக்கம் திரும்பி சரிந்து கொண்டாள். நாகராசா, சின்னராணி மூலைக்கு ஒருத்தராய் முறுகிப் போய்க் கிடந்தனர்.

“எடி, எழும்படியென்றால்... அங்கால பார் எல்லோரும் அவதிப்பட்டு ஓடுகினம். எழும்பு புள்ள...”

“போண... நான் இண்டைக்குப் போகல... உம்... உம்...”

“ஏனடி புள்ள.. திங்கட்கிழமையும் அதுவுமா... பிழைப்புக் கிடைக்கிற நாளில... சுறுக்கா எழும்பி வெளிக்கிடு...”

“ஒரே அலுப்பா இருக்குதண. இராவுக்கும் ஒண்டும் தரேல்ல. எனக்குச் சரியாகப் பசிக்குது...”

பொன்னு அழுதுவிடுவாள் போலிருந்தது. சரசுவுக்கு நினைவு இருந்தது. மத்தியானம் பாண் வாங்கிக் கொடுத்தது. அதற்குப் பின் இரவு! இரவு என்ன? முடிச்சில் கூத்துச் செலவுக்கு என்றே பிடித்து வைத்திருந்த ஒரு ரூபாக்குத்தி. அது கடலை வாங்கிக் கொடுத்ததோடு சரி, கூத்து ரசிப்பில் எல்லாவற்றையும் தான் மறந்து விட்டாள்.

"என்ர குஞ்செல்ல... நீ போனால்தானடி நான் அடுப்புப்பத்த வைப்பன்... நான் புள்ளைக்கு விசாலாட்சிக் கிழவி வந்தோடன கிழங்கும் சம்பலும் வாங்கி ஒருத்தருக்கும் குடுக்காம ஒழிச்சு வைப்பன்..."

"...உம் இப்பிடித்தான் நேத்துக் காலம்பிறையும் சொன்னனி."

"என்ர வைரவராணை வேண்டி வைப்பன்."

சரசு தலையில் தொட்டு வைத்தாள். பொன்னு மறுபடியும் அம்மாவை நம்பினாள். எழுந்து பாயில் குந்திக் கொண்டாள். சிக்குப் பிடித்த தலையை பற...பற...வென்று சொறிந்தாள். மறுபடியும் கண்களை மூடினாள். மீண்டும் விழித்தாள்.

சரசு குடிசை வாசலுக்கு வந்தாள். சோளகம் பிய்த்து வாங்கியது. முகட்டுக் கிடுகுகள் வரிசைவிட்டு எம்பி...எம்பிக் குதித்தன. அப்படி ஒரு வேகம், இப்படித்தான் ஒரு நாள் சோளகம் அமர்க்களப்பட்டுக் கொண்டிருந்த போது கணபதி இவளைத் திட்டிக் கொண்டே வடக்குப் பக்கமாகப் போனான். காற்றில் இரைச்சலுக்குள் அப்படியே அமுங்கிப் போனதில் இவளுக்கு எதுவும் கேட்கவில்லை.

அவன் அதற்குப்பின் இந்தப் பக்கமே வரவில்லை. கணபதி 'வகுப்புத் தொழில்'தான் செய்து வந்தவன். அலுப்பாந்திக்கு வரும் வத்தைகளிலிருந்து மூடைகளை இறக்கி ஏதோ நாலு காசு சம்பாதிக்கச் செய்தான். மாட்டுடன் வண்டில் ஒன்றை வாங்கினான். அதற்குப் பின்தான் ஏனோ நிறையக் குடிக்கத் தொடங்கினான்.

இரவில் வருவான். நிறைவெறியில் மூர்க்கத்தனமாக சரசுவை அடிப்பான். அவளும் ஏதாவது கையில் கிடைத்தால் எறிந்து தனது இயலாமை, ஆத்திரம் எல்லாவற்றையும் தீர்த்துக் கொள்வாள். பிள்ளைகள் கூக்குரல் வைக்கும். கணபதியை அறிந்த அயலவர்கள் ஏன் வரப்போகிறார்கள்?

அடுத்த நாளும்... அதற்கு அடுத்த நாளும்... தாக்குதல்கள், தற்காப்புத் தாக்குதல்கள்... கூக்குரல்கள் தொடரும்.

“போடா வேசயடமோனே... விட்டுவிட்டுப் போடா குடிகார தூமமோன்... போடா...” இது சரசுவின் வாய்ப்பாடு.

கணபதி பலமுறை விட்டுவிட்டுப் போனவன்தான். தொடர்ந்து இரு இரவுகள் எப்படியோ எங்கேயோ கழித்து விடுவான். அப்புறமாக சமரசம் நடந்து கொள்ளும். இவ்வளவு அமளிக் குள்ளும் சரசு நசுக்கிடாமல் அய்ந்தைப் பெற்றுப் போட்டுவிட்டாள்...

இந்த முறை கணபதி திரும்பவில்லை. ஒருநாள், இரண்டு நாள், ஒரு வாரம்... ஒரு மாதம், ஒரு வருஷம்... அவன் திரும்பவேயில்லை. இது சரசுவிற்கு ஆச்சரியமாகத்தான் இருந்தது. அவனுடைய “சரிர பலவீனத்தை” அறிந்து வைத்திருந்த அவளுக்கு அவனுடைய வைராக்கியம் ஒரு விதத்தில் அதிர்ச்சியாகக் கூட இருந்தது.

அவளுக்கும் அப்படித்தான். ஒரு நாள்... இரண்டு நாள், ஒரு வாரம்... ஒரு மாதம்.... ஒரு வருஷம்... அப்புறம் கணபதி என்ற “மனிதனை” மறந்தே போய் விட்டாள். அதற்காக துக்கப்படுவதையும் நிறுத்திக் கொண்டாள்.

சில நாட்களுக்கு முன்தான் குட்டித் தம்பியர் கதைவாக்கில் சொல்லி வைத்தார். கணபதி காங்கேசன் துறைக்கு வரும் கப்பல்களிலிருந்து மூடை இறக்குகிறானாம். அங்கேயே குடியும் குடித்தனமும் மறுபடியும் ஆகிப் போய்விட்டதாம்.

காற்று ஒரு கணம் சுழன்றது. பக்கென்று மண்ணைத் தூவி முகத்தில் அடித்தது. சரசு கண்களைத் துடைத்துக் கொண்டாள்.

தூரத்தில் வயல்வெளி தெரிந்தது. கூத்துக் கொட்டகையை நின்று சிலர் பிரித்துக் கட்டிக் கொண்டிருந்தனர். குட்டித் தம்பியரும் சிலவேளை அங்குதான் நிற்பார்.

குட்டித் தம்பியர் களையானவர், காசு உள்ளவர், வெற்றிலையும் வாயுமாய் எல்லோருடனும் சிரிக்கச் சிரிக்கப் பேசுவார். ராசகூத்துக்கு குட்டித் தம்பியரை அசைக்கவே முடியாது. பாட்டு அப்படி. வேஷப் பொருத்தம் அப்படி. அவருடைய இளைய பெண்ணுக்கு மூன்று பிள்ளைகள். இப்படி எல்லாம் இருந்து கொண்டும்தான் சரசுவிடம் வந்து போய்க் கொண்டிருந்தார் குட்டித் தம்பியர்.

பக்கத்துக் குடிசைகளிலும் உரத்த பேச்சுக்குரல். கடற்கரைக்குப் போவதற்கு பலர் ஆயத்தமாகிக் கொண்டிருந்தனர்.

பொன்னு வேலி மூலைக்குள் 'ஒண்டுக்கு' குந்திக் கொண்டிருந்தாள். சரசு கூரைக்கு மேல் காயப்போட்டிருந்த உமலை எடுத்தாள். ஏற்கனவே கிழிந்து போயிருந்த மூலைகள் இன்னும் பெரிதாகியிருந்தன. ஓலை எடுத்து கிழிவுகளைப் பொத்திப் போட வேண்டும் என்று நேற்று நினைத்திருந்தவள், திருவிழாச் சந்தடியில் மறந்தே போய்விட்டாள்.

உமலை விரித்துப் பார்த்தாள். செதில்களும் செத்த குஞ்சு மீன்களுமாய் வெடில் பக்கென்று மூஞ்சியில் அடித்தது. வயிற்றைக் குமட்டுவது போல்.

பொன்னு இப்போ பானையைத் துளாவிக் கொண்டிருந்தாள். ஏதோ சொட்டு நீர் கைகளை நனைத்தது. முகத்தில் தடவிக் கொண்டாள். கண் பீளையையும், எச்சில் காய்ந்திருந்த கடைவாயையும் பாவாடையால் துடைத்துக் கொண்டாள்.

அந்தப் பாவாடை எப்படியெல்லாமோ கிழிந்து போயிருந்தது. மேல் உடம்பில் அம்மாவின் பெரிய சட்டை தொள தொளவென்றிருந்ததை இறுக்கி, வயிற்றுடன் முடிந்திருந்தாள்.

சரசு அவளுடைய தலையைக் கையால் நீவிவிட்டாள். அழுக்குத்துண்டு ஒன்றினால் மயிரைச் சேர்த்து சிலும்பாமல் கட்டிவிட்டாள்.

"அம்மா எனக்கு... ஒரு சட்ட தைச்சு தாவனை. இதத்தானே நெடுகிலும் போடுறன். கடற்கரைக்கு வாற பொடியன் எல்லாம் எனக்கு நொட்ட சொல்லிகினம்..."

"பொறு புள்ள, சின்னாச்சி அக்காவோட நான் சீட்டு பிடிச்சிருக்கிறன். விழுந்தோடன உனக்கு சீத்தையில ஒரு கவுண் தச்சுத் தருவன்..."

பொன்னு உமலைத் தூக்கிக் கொண்டாள். எப்போதாவது இவளோட கூடிப் போற சின்னவியும் எழுந்து வந்துவிட்டாள்.

"கவனம் புள்ள... காத்துக்குள்ள... கார் வாறது கூடக்கேக்காது... சின்னவிய கவனமாக கையில புடிச்சுக் கூட்டிக் கொண்டு போ..."

அவர்கள் போய்விட்டார்கள். இவள் பெருமூச்சு விட்டுக் கொண்டே உள்ளே வந்தாள். குழந்தை அழுது கொண்டிருந்தது.

மூலையில் விளக்கு சரிந்து கிடந்தது. அதை எடுத்து நிமிர்த்தி வைத்தாள். தீப்பெட்டியை உரசிக் கொளுத்தினாள். சடக்கென்று ஒளி நிமிர்ந்தது. அத்துடன் பக்கென்று மறுபடியும் அணைந்தது.

இப்போது குழந்தை இன்னும் வீறிட்டது. தேநீராவது வைக்கலாம் என்று நினைத்தவள், புஸ்பராணியைத் தேடினாள், அங்கு ஒருவருமே இல்லை. அந்த விடிகாலையிலேயே... எங்கேயோ ஓடிவிட்டனர். எங்கே போவார்கள். கடற்கரை குப்பை மேட்டில் எதையாவது பொறுக்கிக் கொண்டிருப்பார்கள்.

அவள் வெளியில் வந்து குரல் கொடுத்தாள்.

"எடி புஸ்பராணி... இங்க வந்து புள்ளையைத் தூக்கி வைச்சிரடி..."

வெகு அண்மையில் ஏதோ பாட்டின் முணுமுணுப்புக் கேட்டது. குட்டித் தம்பியர்தான் வந்து கொண்டிருந்தார்.

சரசு தேநீர் வைப்பதற்காக குசினிக்குள் புகுந்து விட்டாள்.

அவர் வரும் வேளைகளில் அவளுக்கு சந்தோஷந்தான். இருந்தாலும் அடிமனக் கிடக்கையில் ஏதோ துரு...துருவென்று முடக்குவாதம் செய்தது. புரியாத என்னவோ ஒன்று.

"என்ன சரசு தேத்தண்ணி வைக்கிறியா... எனக்கும் கொஞ்சம் கொண்டா சுடச்சுட."

குட்டித் தம்பியர் வழமையாக உட்காரும் மரப்பெட்டியில் குந்திக் கொண்டார். தலைக்குமேல் பூவரசு நிழல் விழுந்திருந்தது. வெயில் சற்று எட்டித்தான் நின்று கொண்டிருந்தது. இன்னும் அரைமணி நேரத்திற்காவது அதில் இருக்கலாம். அப்புறம் அந்த இடத்தில் இருக்க இயலாது. உள்ளே போக வேண்டும் அல்லது வெளியே போக வேண்டும்.

சரசு தேநீர்க் கோப்பையையும் சர்க்கரைக் குறுகலையும் கொண்டு வந்து வைத்தாள். குட்டித் தம்பியர் செழுமையான அவள் உடலை ஒரு தடவை கண்களால் ஸ்பரிசித்தார். அவளும் கவனிக்காமல் என்ன... உதட்டைப் பிதுக்கிக் கொண்டு ஒருக்களித்துப் பார்த்தாள்.

கொடுப்பிற்குள் வைத்திருந்த வெற்றிலைச் சப்பலை தூ... தூவென்று துப்பிவிட்டு செம்பிலிருந்த நீரினால் நன்றாக கொப்பளித்துக் கொண்டார். இதற்காகவே வந்தவர் போல் தேநீரை ருசித்துக் குடித்தார்.

அவருடைய முகத்தில் இரவு பூசிய பூச்சு இன்னும் அழியவில்லை. மழுங்க வழித்திருந்த முகத்தில் மீசையிருந்த இடத்தில் ஏதோ அழிந்து போன கறுப்புக் கோட்டின் மெல்லிய தழும்பு. கண்களில் நித்திரையின் கனப்பு. அந்தக் கோலத்தில் அவரைப் பார்க்க சற்று வேடிக்கையாக இருந்தது. இவரா இரவு சங்கிலியனாக வீரத்தோடு பெரிய மீசையைத் திருகிக் கொண்டு வந்தவர்?

“என்ன புள்ள, இரவு கூத்துப் பார்த்தியா... எப்படி இருந்தது...?”

“என்ன... ஏதோ... காணாத ஆளாட்டம். முன்னுக்குத் தானே இருந்தனான்... பார்த்துப் பார்த்து பல்லைக் காட்டிப்போட்டு...”

குட்டித் தம்பியர் விநயமாகச் சிரித்தார். அவரது சின்னத் தொந்தி சற்றுக் குலுங்கியது.

“அது கிடக்கட்டும் புள்ள... என்ர படிப்பு எப்படி...?”

“பின்கூத்து நீங்க வந்த பிறகுதான் வலு எழுப்பமாக இருந்தது எண்டு எல்லோரும் பறஞ்சு கொண்டு வந்தினம்...”

குட்டித் தம்பியருக்கு வலு சந்தோஷம். தேநீர் முழுவதையும் ஒரே மூச்சில் உறிஞ்சுவிட்டு கோப்பையை வைத்தார். மடிக்குள் செருகி வைத்துக் கொண்டு வந்த சிறிய “பார்சல்” ஒன்றை அவளிடம் நீட்டிக் கொடுத்தார்.

அவள் பவிசாகச் சிரித்துக் கொண்டே வாங்கி விரித்துப் பார்த்தாள். அது பூ விழுந்த சட்டைத்துண்டு. அந்தக் கணத்தில் பொன்னுவைத்தான் நினைத்துக் கொண்டாள் சரசு. இன்னும்

அவளுக்கு சந்தோஷமாக இருந்தது. அவர் எப்போதாவது இப்படித் தருவது தான். ஆனாலும் அதற்காக ஏங்கி இருந்தவளல்ல...

இருவருமாக என்னவோ எல்லாம் பேசினர். வெளியில் யாரோ வரும் சத்தம் கேட்டது. இருவருமே ஏக காலத்தில் திரும்பிப் பார்த்தனர். பொன்னு நன்றாக நனைந்துபோய் வந்து கொண்டிருந்தாள். அவள் முகத்திலும் கைகால்களிலும் சேறு அப்பியிருந்தது. அவள் அழுதிருக்க வேண்டும். முகம் வேறு வீங்கியிருந்தது. பக்கத்தில் அவள் கைகளைப் பிடித்துக் கொண்டு வடக்குத் தெருக் கிழவி மேரி. அவள் தலையில் மீன் விற்கும் கடகமும், சுளகும். பின்னால் சின்னவி. கேவி... கேவி இன்னும் அழுது கொண்டுவந்தான்.

சரசு ஒருகணம் அப்படியே திகைத்து நின்றாள். அடுத்த கணம் குரல் எடுத்து எட்டு வீட்டுக்கு கேட்க கத்தினாள்.

"என்ன... நடந்தது...? என்ர புள்ளைக்கு என்ன நடந்தது...?"

சின்னவி அடக்கி வைத்திருந்து வெடித்துச் சிதறியதுபோல் பெரும் குரல் எடுத்து அழுதான்.

"அக்கா புறக்கி வைத்திருந்த மீனை அந்த ஆனக் கொட்டைப் பொடியன் களவெடுத்துப் போட்டான்... அக்கா... அவன அடிச்சா... அவன் அக்காவை கடலுக்க தள்ளிப் போட்டான்... உம்... உம்..."

மேரிக் கிழவி அப்போது தான் குட்டித் தம்பியர் முற்றத்தில் இருப்பதைக் கவனித்தாள். முகம் சுறுக்கென்று உள் இழுத்துக் கொண்டது. வெறுப்புடன் விசுக்கென்று முகத்தைத் திருப்பிக் கொண்டாள்.

"இந்தா... சரசு... புள்ளயக் கூட்டிக் கொண்டு முதலில் உள்ள போ... எல்லாத்தையும் நான் சொல்லுறன்."

சரசுவுக்கு விளங்கி விட்டது. பொன்னுவை மெதுவாக அழைத்துக் கொண்டு உள்ளே போனாள். மேரிக் கிழவியும் தொடர்ந்து போனாள். உள்ளே கிழவியின் மெல்லிய குரல் வெகுநேரம் கேட்டது.

"இந்தா சரசு நான் சொல்லுறத கவனிச்சிக் கேள். விலை போகிற குமர் வீட்டுக்கு வந்திருக்கு. இனி எண்டாலும் இந்த அறுதலி மோன அண்டப் பிடிக்காத..."

மேரிக் கிழவி வெளியே வந்தாள். இறக்கி வைத்திருந்த கடகங்களைத் தலையில் தூக்கி வைத்துக் கொண்டாள். குட்டித் தம்பியர் இருப்பதையே கவனியாதவளாய்... விடு...விடுவென நடந்தாள்.

குட்டித் தம்பியர் எதுவும் புரியாதவராய் முற்றத்து மரப்பெட்டியில் இன்னமும்தான் இருந்தார். வெயில் மரப்பெட்டிக்கு அருகே வந்துவிட்டது. இனி அதில் இருக்க இயலாது. கண்கள் வேறு சுழற்றி அடித்தது. ஒரு கண் நித்திரை கொண்டுதான் தீர்க்க வேண்டும். சரசுவைப் பார்த்துவிட்டுச் செல்லலாம் என்று நினைத்தார். வெகுநேரம் சரசு வெளியில் வரவே இல்லை. சரசு ஏன் வெளியில் வரவில்லை...?

"சரசு அப்ப நான் போட்டு வாறன்..."

அவர் எழுந்து கொண்டார். தோளில் கிடந்த துண்டினால் முகத்தை அழுத்தித் துடைத்தார். வீட்டை நோக்கி விளங்காத தீவிரத்துடன் நடக்கத் தொடங்கினார்.

சரசு வெளியில் வந்தாள். குட்டித் தம்பியர் கொண்டு வந்த 'துணிப் பார்சல்' விரித்தபடிதான் முற்றத்தில் கிடந்தது.

"குட்டித் தம்பியரும் கிழவி சொன்னதைக் கேட்டிருப்பாரோ..."

அவள் மறுபடியும் கணபதியை நினைத்துக் கொண்டாள். பொன்னு இனி மீன் பொறுக்க வெளியில் போக மாட்டாள். குட்டித் தம்பியரும் இனி வரமாட்டார். அப்படித்தான் அவள் நினைத்தாள். அவ்வாறே நடக்க வேண்டும் என்றும் விரும்பினாள்.

அவள் எல்லோரையும் இழந்துதான் விட்டாள். ஆனாலும் என்ன? எதையும் இழந்து விடாத நெஞ்சுறுதி. அவளுக்கு அப்படி ஒரு மனப் பயிற்சி எப்படியோ ஏற்பட்டுவிட்டது.

●

வலை

நிலம் முற்றாக இன்னும் வெளுக்கவில்லை. அந்த வெள்ளாப்பிலேயே நேற்று பொழுது சாயும் மைம்மல் இருட்டில் கடற்கரையில் நடந்துவிட்ட அந்தச் சம்பவம் ஊர் முழுவதும் பரவி ஒருவித பதற்றத்தை ஏற்படுத்தியிருந்தது.

எப்பொழுதுமே அவ்வேளையில் ஊமை அமைதியுடன், கடலை அண்டிப் பரந்து கிடந்த வளவில் நீண்டு நெடுப்பாக வளர்ந்து நிற்கும் தென்னை மரங்களிடையே தனித்து நிற்கும் பூவரச மரத்தடியில் நின்று கொண்டு, பலர் நடந்து போன அந்தச் சம்பவத்தைப் பற்றி ஆவேசமாகவும், உரத்த தொனியிலும் தங்களுக்குள் விவாதித்துக் கொண்டு நின்றனர்.

வாடை அன்று பெயர்ந்தது. வேகமாக அள்ளுண்டு வந்த காற்றில் தென்னங்கீற்றுகள் வெறி பிடித்து ஆடின. கடல் கறுத்துக் குழம்பிக் கிடந்தது. வடு மாறி வெள்ளம் நுரைக்கத் தொடங்கியது.

கடல் முழுவதும் மிதந்து கொண்டிருந்த தோணிகளின் ‘சள சள’ ஓசையின் சலனங்களினால் ‘களங் கண்டி’ வலைகள் பாய்ந்திருந்த தடிகளில் குந்தியிருந்த வெண்கொக்குகள் நீலவானத்தில் எழுந்து பறந்து செல்வதும் நிலை கொள்ளாமல் மீண்டும் நீர்ப்பரப்பில் இறங்கி கூரிய அலகுகளினால் எதையோ கொத்திச் செல்லும் முனைப்பில் போராடிக் கொண்டிருந்தன.

கடலை அண்டிய காரைதீவு வீதியில் ஆனைக்கோட்டைக்கு அப்பாலிருந்து அங்கு வரும் இழுப்பு வலைக்காரார் இழுத்து வந்த மீன்களையும், இறால் வலைகளையும் வீதியில் பரத்திப்

போட்டுக் கடற்பாசிகளிலும், தாழைகளிலும் இருந்து அவற்றைப் பிரித்து எடுத்துக் கொண்டிருந்தார்கள்.

அவர்களும் அவ்விடத்தைவிட்டு விரைவில் சென்று விட வேண்டுமென்று பரபரத்தாலும், சுற்றி நின்று காது செவிபடக் கத்திக் கொண்டிருந்த காக்கைக் கூட்டங்கள் அவர்களை விடுவதாயில்லை.

வில்லூன்றிச் சுடலையைத் தாண்டி வடக்கால் காக்கைதீவுச் சந்தையை நோக்கி ஓடிக் கொண்டிருந்த தோணியின் அணியத்தில் நின்ற சைமன் தூரத்தில் வரும் போதே கடற்கரை வளவில் பெரும் கூட்டம் ஆரவாரப்பட்டுக் கொண்டு நிற்பதைக் கண்டு கொண்டான்.

அற்ப சம்பவங்களைக் கூட பெரிது படுத்தி உணர்ச்சி வசப்பட்டவர்களாய் உரத்து விவாதிப்பதும் விவாதம் முற்றி கைகலப்பாக மாறி தங்களுக்குள்ளே அடிபட்டுக் கொள்வதும் அந்த ஊர் மக்களுக்கு பரிச்சயமாகிப் போன ஒன்று என்பது பிரசித்தம்.

சைமன் ஒரு தினுசானவன். ஊர்ச் சோலிகள் எதுவானாலும் கண்டுக்காமல் இருக்கமாட்டான். அதிலும் தொழிலாளிகள் விஷயம் என்றால் உரத்தே குரல் எழுப்புவான். இவனைப் பற்றி வேறு மாதிரியான கதை ஊரில் இருந்தாலும் ஊர் விஷயங்களில் இவன் கொள்ளுகின்ற அபிப்பிராயங்கள் பற்றி சனங்களுக்கு மதிப்பு இருந்தது.

"டேய் சவிரி, அங்க கவனியடா, வளவில் ஒரே சனக் கூட்டமா இருக்குது. ஊரில் ஏதாவது நடந்து போச்சுதோ..."

தோணியின் நடுத்தளத்திலிருந்து மீன்களைத் தெரிந்து பறிக்குள் போட்டுக் கொண்டிருந்த சவிரியும், சைமன் சுட்டிக்காட்டிய பக்கம் தலையை நிமிர்த்திப் பார்த்தான்.

"ஓம் அண்ண, ஏதோ நடந்துதான் போச்சுது போல இருக்கு. நேற்று இவன் பொன்ராசாதான் தண்ணியைப் போட்டுவிட்டு மச்சினனோட கொழுவிக் கொண்டு நின்றான்."

"நான் நினைக்கயில அப்படியிருக்குமெண்டு. கூட்டத்தைப் பார்த்தால் விஷயம் வேறபோல கிடக்கு. கொஞ்சம் கரையைத் தள்ளிப் பார்த்துப் போட்டுப் போவம்."

சைமன் தாங்கிக் கொண்டிருந்த மரக்கோலை தோணியின் இடப்புறம் போட்டு வேகத்தைக் கட்டுப்படுத்தினான். சவிரி காக்கைத் தீவுச் சந்தையைப் பார்த்தான். பொழுது நல்லா ஏறிவிட்டது. கூட்டம் கலைந்து கொண்டிருந்தது.

"அண்ண, சந்த கலையுது. நேரஞ் செண்டா அவளவை நாறல் மீனைக்கேக்கிற விலைக்கு கேப்பாளவயள்."

சைமன் மீண்டும் மரக்கோலை வலப்புறம் போட்டுக் கரையை நோக்கித் திருப்பினான்.

"சவிரி வலை இழுக்கயுக்கேயே வெள்ளப்பா போயிற்று. இண்டைக்கு நம்மட சந்தையில விப்பம். மீனும் அவ்வளவு இல்லத்தானே..."

சவிரி மீண்டும் மீன்களைப் பொறுக்குவதில் மவுனமாகி விட்டான். சைமன் கரையை நோக்கி வேகமாகத் தோணியைத் தாங்கினான். தோணி நீரைப் பிளந்து கொண்டு சீறிப்பாய்ந்து கரையை அடைந்தது.

"சவிரி, தோணியைக் கட்டிப்போட்டு மீன்களைச் சந்தைக்கு கொண்டு போ. நான் என்னெண்டு கேட்டுப்போட்டு வாறன்."

சைமன் தோணியிலிருந்து மெதுவாக இறங்கினான். தலையில் கட்டியிருந்த துண்டை அவிழ்த்து கடல் உவர்ப்பில் காய்ந்து போயிருந்த 'சொறசொற'த்த முகத்தையும், மீன் செதில்கள் ஒட்டிக்கிடந்த உடலையும் துடைத்துவிட்டு, இடுப்பில் கட்டியிருந்த கச்சையை அவிழ்த்துப் போட்டுவிட்டு துண்டை இடுப்பில் சுற்றிக் கொண்டான்.

வளவில் நின்று முகம் சிவந்து போக உதடுகள் துடிக்க முகத்தில் விழுந்து புரண்டு கொண்டிருந்த செம்பட்டையான சுருட்டை மயிர்களை ஒரு கையால் ஒதுக்கியபடி மறு கையை அடிக்கடி உயர்த்தியபடி நியாயம் கதைத்துக் கொண்டிருந்தான் மரியதாசன்.

மண்மேட்டிலேறி வளவை நோக்கி வந்து கொண்டிருந்த சைமனும் இவனைக் கண்டு கொண்டான்.

கூடி நின்றவர்கள் எல்லோர் பார்வையும் வளவைத் தேடி வந்து கொண்டிருந்த சைமன் பக்கம் திரும்பியது.

"என்னடாப்பா, ஏன் இப்படி விடியலுக்கு முன்னமே கூட்டம் கூடி கத்திக் கொண்டு நிக்கறீங்க?"

சற்று எரிச்சலுடன் வெளிவந்த சைமனின் வார்த்தைகளைக் கேட்டதும் நடந்து போன சம்பவத்தை இன்னும் அவன் அறியவில்லையென்பதைக் கூடி நின்றவர்கள் ஊகித்துக் கொண்டார்கள்.

"என்னண்ணை, உங்களுக்கு விஷயம் தெரியாதா? நம்மட சூசைக் கிழவனுக்கு அவன் யோணும் அவன்ர ஆக்களும் அடிச்சு மண்டையை உடைச்சுப் போட்டாங்க. மனுசனுக்கு இழுக்குது." சைமன் இதைக் கேட்டதும் சற்று நேரம் மவுனமாக நின்றான்.

"ஏன் கிழவனுக்கு அடிச்சவங்க...?"

"கிழவன் விடுவலைக்கு வாறன் எண்டுபோட்டு யோணட்ட ஆயிரம் ரூபா முற்காசு வேண்டினவராம். சுகமில்லாமல் திருக்க முள்ளு அடிச்சுக் கிடந்ததினால் இனிமேல் தொழிலுக்கு வர ஏலாதெண்டு சொல்லிப் போட்டாராம் கிழவன். காசை உடன வைக்கச் சொல்லித்தான் இந்தச் சண்டித்தனம்." மரியதாசன் உணர்ச்சி வசப்பட்டவனாக மீண்டும் உரத்துக் கத்தினான்.

"சம்மாட்டி மாரட்ட முற்காசு வாங்கிப் போட்டு தொழிலுக்கு வாறன் எண்டு சம்மதிச்சுப் போட்டா தொழிலுக்கு போக வேணும். இல்லாட்டியா அவங்கட காசு திருப்பிக் கொடுக்க வேணும். இதுதானே ஊர் வழக்கம். யோணும் பலமுறை காசக் கேட்டுப் பார்த்தார். குடுக்காமல் கிழவனும் வெறியில் அவங்களைப் பேசிப் போட்டார்."

யோணின் விடுவலையில் மன்றாடியாக தொழில் நடத்திச் செல்லும் சற்று வயதான சந்தியோ மீண்டும் சம்மாட்டியின் பக்கம் பரிந்து பேசியதைக் கண்ட மரியதாசனும் அவனோடு கூட நின்ற யேசுராசனும் கொதித்தனர். அவர்களும் யோண்

வலையில் தொழிலுக்குப் போகிறவர்களாக இருப்பினும் யோணும் அவனுடைய ஆட்களும் செய்தது அநீதி என்பது அவர்களுடைய திடமான நம்பிக்கை.

"சந்தியோ அண்ணைக்கு சம்மாட்டி மாரட்ட நக்கிற புத்தி இன்னும் போகயில்ல." மரியதாசன் திடீரென வீசியெறிந்த சுடு சொல்லை எதிர்பாராத சந்தியோ அதிர்ந்து போனார்.

"தம்பி மரியாதையாகப் பேசும், இல்லாட்டி..."

"இல்லாட்டி... என்ன செய்து போடுவீங்க." மரியதாசன் முஷ்டியை உயர்த்திக் கொண்டு சந்தியோவை நோக்கி நெருங்கினான். இவ்வளவு நேரமும் அமைதியாக அவர்கள் பேசுவதைக் கேட்டுக் கொண்டு நின்ற சைமன் நடந்து போனவற்றை ஒருவாறு ஊகித்துக் கொண்டாலும் விவாதம் இப்போது வேறு திசையில் திரும்புவதைக் கண்டதும் நிலைமையைச் சமாளிக்க நினைத்தான்.

"இஞ்ச பாருங்க, நீங்ளேன் உங்களுக்குள்ள சண்டை பிடிக்கிறீங்க. பின்னேரம் சனங்களைக் கூப்பிடுவம். சம்பந்தப்பட்டவர்களையும் கூப்பிடுவம். அதுக்குப் பிறகு பாப்பம். இப்ப எல்லோரும் பேசாமப் போங்க."

கூடி நின்ற எல்லோரும் முணுமுணுத்தபடி மெல்ல மெல்ல அவ்விடத்தை விட்டு நகரத் தொடங்கினர்.

மரியதாசனும் யேசுராசனும் மாத்திரம் உரத்துப் பேசிச் செல்வது சைமனின் காதுகளுக்குக் கேட்டது. "சம்மாட்டிமாற்றை கொழுப்பை இதோட அடக்க வேணும்."

சைமனின் இதயத்திலும் இனம் தெரியாத துடிப்பு. பல தலைமுறையாக ஏதோ ஓர் அடிமை முறையில் இவர்கள் நடத்தப்பட்டு வரும் முறை பற்றி இவனுக்கு நீண்ட நாட்களாக மனதில் ஒரு உறுத்தல் இருந்து வந்தது. ஆயினும் சரியான சந்தர்ப்ப சூழ்நிலை உருப்பெறாமல் தள்ளிப்போய் கொண்டிருந்த காரணத்தினால் அவனுடைய எண்ணங்களை வெளிக் கொணர முடியாமல் இருந்தது.

தொழிலாளர்களின் உணர்ச்சிகளை தற்காலிகமாகவேனும் செம்மைப்படுத்த இப்பொழுது அதற்குச் சரியான நேரம் வந்துவிட்டதாக அவன் உள்மனம் உணர்த்தியது. நீண்ட நேரமாக கலகலத்துக் கிடந்த அந்த வளவு இப்போது வெறிச் சோடிக்கிடந்தது. சைமன் சிந்தனை வசப்பட்டவனாக வளவைத் தாண்டி மண் ஒழுங்கையில் இறங்கி வீட்டை நோக்கிப் போய்க் கொண்டிருந்தான்.

ஊர்க்கூட்டம் தொடங்க சரியாக நாலு மணிக்கு மேலாகி விட்டது. ஊரில் உள்ள சம்மாட்டிமாரில் சிறில் ஏதோ வேலை காரணமாக கரையூர் சென்றதனால் அவரைத் தவிர எல்லோரும் கூடியிருந்தனர். கூட்டம் கூடி பத்து நிமிடங்கள் கழியத்தான் தனது சதை பருத்த தேகத்தையும் தூக்க முடியாமல் நசினல் சட்டைக்குள்ளே இரட்டை வடம் பவுண் சங்கிலி சகிதம் சம்மாட்டித் தனத்தின் செருக்கும், திமிரும் முகத்தில் பிரதிபலிக்க அரக்கி அரக்கி வந்து பின்வாங்கில் குந்திக் கொண்டார் யோண் சம்மாட்டி. தலைமை வகித்த பெரியார் சுருக்கமாக பிரச்சினைகளை எடுத்துக் கூறினார். கூட்டம் சூடு பிடிக்கத் தொடங்கிவிட்டது. மரியதாசன் எழுந்தான்.

"சம்மட்டியார் யோணும் அவங்கட ஆக்களும் செய்த செயல் மிகப்பிழை. கிழவனட்டை மன்னிப்புப் கேக்க வேணும்."

"பிழையெண்டால் நியாயம் காட்ட வேணும்."

சவிரிமுத்துச் சம்மாட்டி குறுக்கே குரல் கொடுத்தார். "பணம் கொடுக்குமதியாக இருந்தால் மரியாதையாகக் கேட்டு வாங்க வேண்டியது தான். அதற்காகத் தொழிலாளிகளை அடிமைகளாக நினைத்துக் கண்டபடி பேசுவதும் அடிப்பதும் எங்களால் பொறுத்துக் கொண்டிருக்க முடியாது."

"தொழிலுக்கு வாறன் எண்டு கடன் பட்டால் தொழிலுக்கு வர வேண்டியதுதான் கடமை. இல்லாட்டி காசைத் திருப்பித் தர வேண்டியதுதான்."

"அதுக்காக இருபது வருஷத்துக்கு மேலாக வெயிலெண்டும் குளிரெண்டும் பாராமல், உங்களுக்கு உழைத்துத் தந்த மனுசன் என்றும் பாராமல், கை நீட்டி அடிக்கிறதா? எங்கட உழைப்பிலை

தானே நீங்க வீடும் வாசலுமாக இருக்கிறீங்க. அதுக்கென்ன அந்த ஆயிரத்தையும் அவங்களுக்கே விட்டால்...”

யேசுராசன் எழுந்து நின்று குரல் கொடுத்தான்.

“நாங்க இவ்வளவு பணம் போட்டு தொழில் நடத்துறம். அவங்களுக்கு பங்குக்காசு கொடுக்கிறம்... இதைவிட என்னத்தை அவங்க உழைச்சுத் தந்திட்டாங்க. சாமத்திய வீடெண்டாலும்... செத்த வீடெண்டாலும் எங்கட்டத்தானே ஓடி வருவினம். அய்ஞ்சோ பத்தோ கொடுத்து நாங்க தானே உதவி செய்யிறம்.”

யோணின் பேச்சு தலைமை வகித்துக் கொண்டிருந்த பெரியவருக்கும் கோபத்தையும், எரிச்சலையும் கொடுத்தது.

சைமன் எழுந்தான்.

“சம்மட்டியார் ஏதோ தொழிலாளர்களுக்கு அள்ளிக் கொடுப்பதாகக் கூறினார். அவர் இறால் போட்டு சுறாப்பிடிக்கும் கெட்டித்தனம் எங்களுக்கு இப்ப விளங்காது என்ற எண்ணம் போல கிடக்கு. ஒரு வருசத்தில கமிசனுக்கு எண்டு ஒரு தொழிலாளியிட்ட ஆயிரம் ரூபாவுக்கு மேல் கழிக்கிறீங்க. ஆனால் அவங்களுக்குக் கொடுக்கிறது என்ன இருநூறு, முந்நூறு, ஒரு சாராயப் போத்தல். உழைக்கிறதில தோணிக்கு, வலைக்கு என்று எவ்வளவத்தை தள்ளி நீங்க எடுத்துக் கொள்ளுறீங்க. இதெல்லாம் எங்களுக்கு விளங்காததல்ல.”

எல்லோரும் சைமன் பேசியதை அமைதியாகக் கேட்டுக் கொண்டிருந்தனர். சிலர் சம்மாட்டி மாரைத் ரகசியமாகக் கிண்டல் செய்யத் தொடங்கினர்.

மரியதாசன் மீண்டும் எழுந்தான். “நாங்க இனி மேல் இவங்கட தொழிலுக்கு போவதாக இருந்தால் எங்களுடைய பங்குப் பணத்தைக் கூட்டித் தர வேணும். ‘கமிசன்’ பணம் சரியாகக் கணக்குப் பாக்க வேணும். சூசைக் கிழவனிடம் மன்னிப்புக் கேக்க வேணும். இல்லாவிட்டால் கடலில வலை இறங்காது.”

சம்மாட்டிமாரிடையே முணுமுணுப்பு ஏற்பட்டது. யோண் எழுந்தார். எல்லோரையும் நன்றாகப் பார்த்தார். கனத்த குரலை ஒருமுறை செருமிவிட்டுக் கொண்டார். “இஞ்ச நாங்க ஒண்டும் பயந்தாக்களல்ல. எங்களை யாராலும் வெருட்டேலாது. உங்கட

உழைப்பு வந்துதான் சாப்பிடப் பொறமா? எத்தனை நாளைக்கு சுருண்டு கிடக்கப் போறீங்க? பற நாய்கள் எங்கட காலிலதான் வந்து விழுவிங்க... அப்ப பாப்பம்." யோண் கூறிவிட்டு கூட்டத்தைவிட்டு விறுவிறு என்று வெளியேறினார். அதைத் தொடர்ந்து எல்லாச் சம்மாட்டிமாரும் வெளியேறினர்.

கூட்டம் அல்லோலகல்லோலப்பட்டது. யோணின் திமிரான வார்த்தைகள் கூடியிருந்து கேட்டுக் கொண்டு இருந்தவர்களுக்கு சினத்தை ஏற்படுத்தியிருக்க வேண்டும்.

தலைவர் எல்லோரையும் சமாதானப்படுத்தினார். மீண்டும் கூட்டம் ஒழுங்குக்கு வர நிமிடங்கள் சென்றன.

● ● ●

"சைமன் அண்ணே... சைமன் அண்ணே..."

விறாந்தையில் விரித்துப்போட்டு நண்டு சப்பியும் நைந்தும் போனதால் விரிசல் கண்டுவிட்ட பழைய வலைகளை அரிக்கன் இலாம்பின் மங்கிய வெளிச்சத்தில் வைத்து வெட்டி வெகு லாவகமாக பொத்திக் கொண்டிருந்த சைமன் நிமிர்ந்து பார்த்தான். படலைக்கு மேல் பல தலைகள் தெரிந்தன. இருட்டில் ஒன்றும் தெளிவாகத் தெரியாவிட்டாலும், அது மரியதாசின் கனத்த குரல் என்பதை ஊகித்துக் கொண்டான்.

இவ்வளவு நேரமும் படலையடியில் சுருண்டு படுத்துக் கிடந்த சைமனின் 'கறுவல்' பலமாகக் குரைத்தது.

'ஆர் மரியதாசா? ஏன் வாசலில் நிக்கிறீங்க. படலையைத் திறந்து கொண்டு உள்ள வாங்களன். நாய் ஒண்டும் செய்யாது."

சைமன் லாம்பை எடுத்து முற்றத்தில் வெளிச்சம் விழக் கூடியதாக தூக்கிப் பிடித்தான்.

யேசுராசா, மரியதாசன், சவிரி, செபமாலை, சூசை முத்து, தெற்குத் தெரு பர்னாந்து நிரைத்து வந்து சைமனைச் சூழ ஆசுவாசத்துடன் குந்திக் கொண்டார்கள்.

சைமன் மீண்டும் மடவலைப் பகுதியை கால்களின் பெருவிரல்களுக்குள் மாட்டிப் பொறுக்கப் பிடித்துக் கொண்டு

வேகமாகக் கிழிசல்களைக் பொத்திக் கொண்டே அடுக்களைக்குள் இருந்த மனைவிக்குக் குரல் கொடுத்தான்.

"இஞ்ச... பிலோமினா, வந்திருக்கிறவங்களுக்கு தேத்தண்ணி போட்டுக் கொண்டு வா. குறை நினைக்காதீங்கடாப்பா, கூப்பன் சீனி எப்பவோ முடிஞ்சு போச்சுது. சக்கரைதான்..."

"உங்கட வீட்டில மாத்திரமில்ல அண்ண, எல்லாற்ற வீட்டிலயும் இந்த நிலைதான். காசு கொடுத்து வெளியில சீனி வாங்க ஆரட்ட காசு இருக்கு."

மரியதாசன் இருண்டு கிடந்த முற்றத்தைப் பார்த்துக் கொண்டே பதில் சொன்னான். மரியதாசன் முகத்தில் தெம்பு இல்லை. கூட வந்திருந்த எல்லோர் முகத்திலும் ஏதோ ஒரு வித சோர்வுக்களை அப்பிக் கொண்டிருந்ததைச் சைமன் அவதானித்து விட்டான்.

"என்னடாப்பா ஒரு மாதிரியாக இருக்கிறிங்க... ஏதாவது விசேஷம் உண்டா?"

சைமன் கேள்வியைக் கேட்டதும் யேசுராசனும் மரியதாசனும் ஒருவரையொருவர் பார்த்தனர்.

"என்ன நடந்தது என்று சொல்லுங்க. ஆராவது சம்மாட்டிமாற்ற தொழிலில ஏறிவிட்டாங்களா...?"

சைமன் வார்த்தைகளில் சூடு ஏறியது.

"நாளைக்கு எல்லா சம்மாட்டிமாற்ற விடுவலைகளும் கடலில இறங்கப் போகுதுகள் போல இருக்கு. சம்மாட்டிமார் தொழிலாளிகளை விலைக்கு வாங்கிப் போடுவாங்க போல இருக்கு."

சைமன் அதிர்ச்சியுடன் மரியதாசனைப் பார்த்தான். மரியதாசன் நிதானமாகப் பதில் சொன்னான்.

"சாமிநாதர் விடுவலைக்குப் போறதுக்கு சம்மதிச்சுப் போட்டார்."

"ஏன்?"

“விடுவலைகள் நின்று போனதால் தொழிலாளிகள் எல்லாம் படுப்பு வலைக்கும் களங்கட்டி வலைக்கும் தூண்டலுக்குமாக போய்விட்டார்கள். ஆனால் பாவம் சாமிநாதன் மூன்று நாளாக தொழிலுக்குப் போகயில்ல. போறதுக்கு வேறு தொழிலும் கிடைக்கயில்ல. வீட்டில பட்டினி பொறுக்க முடியாமல் யோண் சம்மாட்டியிட்ட போய் கடன் கேட்டிருக்கிறார். அவன் விடுவலைக்கு வந்தால் கடன் தாரன் என்று சொல்லியிருக்கிறான். சாமிநாதரும் சம்மதிச்சுப் போட்டார்.”

சைமனின் முகம் சுருங்கிக் கறுத்துவிட்டது. இப்படி ஒரு நிலையை இவன் எதிர்பார்க்கவில்லை. பல தலைமுறையாக இருந்து வரும் இந்தவித அடிமைப் போக்குகளை தகர்த்தெறிவது என்பது இலகுவான காரியம் இல்லை என்பதை இப்போதுதான் புரிந்து கொண்டான். சைமன் சற்று நேரம் அமைதியாக இருந்தான்.

“அண்ணே, சம்மட்டிமார் நாளைக்காலம விடுவலைகளை எப்படியும் கடலில இறக்கிப் போட வேணும் எண்டு இன்னும் ஆக்களைப் பிடிக்கிறதுக்கு வலைபோட்டுத் திரியிறாங்க. இப்டியே விட்டுவிட்டால் சாமிநாதர் போல ஒவ்வொருத்தராகப் போய்ச் சேர்ந்துவிடுவாங்க.”

குசினிக்குள் இருந்த பிலோமினா தேநீர்க் கோப்பைகளையும், சக்கரைக் குறுகல்களையும் கொண்டு வந்து கூடியிருந்தவர்கள் முன் வைத்துவிட்டு கதை கேட்கும் ஆவலில் அறைக்கதவு அருகே போய் சாய்ந்தபடி நின்று கொண்டாள்.

தேநீர் உறிஞ்சப்பட்டு கோப்பைகள் வெறுமையாகிக் கொண்டிருந்தன. சைமனின் சிந்தனையில் பல சம்பவங்கள் திரண்டு வந்தன. “எத்தனை நாளைக்கு இப்படிச் சுருண்டு கிடப்பீங்க? தெரு நாய்கள், எங்கட காலில தான் வந்து விழுவீங்க.” யோணின் பேச்சு இவன் நினைவில் வந்து மோதியது. உடல் ஒரு கணம் சிலிர்த்து அடங்கியது. பொத்திக் கொண்டுடிருந்த வலைகளையும் அப்படியே விட்டுவிட்டு விறுக்கென்று எழுந்தான். காது மடிப்புக்குள் செருகி வைத்திருந்த புகையிலைத் துண்டை எடுத்துச் சப்பிக் கொண்டே கனத்த குரலில் பேசினான்.

"இவங்கட வலைகள் கடலில இறங்கிற கெட்டித் தனத்தைப் பார்ப்பம். மரியதாஸ்! நீ சவிரியையும், யோசேப்புவையும் கூட்டிக் கொண்டு சாமத்தில தெற்குத் தெருவுக்குப் போ. யேசுராசா! நீ சூசைமுத்து, செபமாலையோட கோயில் ஒழுங்கையைக் கவனி. நான் பெர்ணாந்தையும் சிலுவைதாசனையும் கூட்டிக் கொண்டு நடுத்தெருவுக்குப் போறன். ஆர் ஆக்கள் வெள்ளாப்பில வந்து தொழிலாளிகள அரட்டிறாங்க எண்டு பார்ப்பம்."

"ஓம் அண்ணே! அதுதான் சரி."

மரியதாசன் பதில் சூடாக வெளிவந்தது. எல்லோரும் எழுந்து கொண்டனர். சைமன் வளையில் சொருகியிருந்த துண்டை எடுத்துக் தோளில் போட்டுக் கொண்டே படலையைத் தேடி நடந்தான்.

பிலோமினா பயத்துடன் படலையைப் பார்த்தாள். முற்றத்தில் கிடந்த கறுவல் மறுபடியும் குரைத்தது. அவர்கள் படலையைத் திறந்து வெளியேறி இருளுக்குள் மறைந்தனர். தெரு நாய்கள் ஆக்ரோசத்துடன் குரைத்தன. வெகுதூரத்துக்கு அப்பாலும் அவர்களது அழுத்தமான காலடி ஓசை கேட்டுக் கொண்டிருந்தன.

◉

வெற்றுக் காகிதங்கள்

படலையை மெதுவாகத் திறந்து கொண்டு உள்ளே வந்தான். வீடு முழுவதும் ஒரே இருள். பெரிய அறையின் வாசல் நிலைப்படிக்கு மேலாக தெரிந்த வெளிக்கூடாக உள்ளே எரிந்து கொண்டிருந்த 'அரிக்கன் லாம்பின்' மெல்லிய வெளிச்சம் மாத்திரம் மங்கலாக வெளி விறாந்தைக்கு நிழல் விழுத்தியது.

முற்றத்தில் நிற்கும் முருங்கை மரத்துடன் சின்னவன் கட்டிப்போட்ட 'கறுவல்' ஆள் அரவம் கேட்டதும் விறுக்கென்று எழுந்து கால்கள் இரண்டையும் அகட்டி உடம்பைச் சிலிர்த்து சோம்பல் முறித்துக் கொண்டே ஆக்ரோசத்துடன் குரல் எழுப்பியபடி அங்கும் இங்குமாக ஓடியது.

அவன் மெதுவாக அதன் வழுவழுப்பான முதுகுப் புறத்தைத் தடவிக் கொடுத்து விறாந்தைக்கு வந்தான்.

பெரிய அறையில் அம்மா, மூத்த தங்கைகள், சின்னஞ் சிறுசுகள் சிலவும் படுத்துக் கொள்ளுவார்கள். தந்தையைக் கட்டிப்பிடித்துக் கொண்டு படுத்தால்தான் நித்திரை கொள்வேன் என்று அடம்பிடிக்கும் சின்னவன், வழமைக்கு மாறாக இன்று உள் அறையில். அவனுடைய விசும்பல் விட்டுவிட்டு உள்ளே கேட்டது. படுத்த பாயிலேயே சலம் பெய்துவிட்டதற்காக அம்மா சற்று நேரத்திற்கு முன் அவனை அடித்திருக்க வேண்டும்.

சாருக்குள் விரித்துக் கிடந்த ஓலைத் தடுக்கில் அவனுடைய தந்தை தான் படுத்துக் கிடந்தார். குறட்டைச் சத்தம் பலமாகக் கேட்டாலும் அவர் அயர்ந்து தூங்குகிறார் என்று சொல்லிவிட முடியாது. சின்ன அரவம் கேட்டாலும் 'பேய் பிசாசைக்'

கண்டவர் போல திடுமென விழித்தெழுந்து விடும் சுபாவம் அவருக்கு.

தகப்பனை நினைத்தால் இவனுக்கு இப்பொழுதும் பயம்தான். இவனுக்கு அம்மாவை எப்படியாவது அரட்டிச் சாப்பாடு கேட்க வேண்டும். அம்மாவை அரட்டும் சத்தத்திலே தகப்பனும் எழுந்து விட்டால் பிறகு என்ன, ஒரே புறுபுறுப்புத்தான்.

"சும்மா இருந்து தின்னுறதும் பத்தாமல் எங்கேயோ ஊர் சுத்திப்போட்டு ஏமஞ் சாமத்தில வந்து இஞ்ச விடியப்புறம் தொழிலுக்குப் போறதுகளட நித்திரையையும் குழப்புறான்."

தந்தையின் பேச்சுகளை கேட்கும் போது கோபம் கோபமாக வரும். அவமானத்தால் உடம்பெல்லாம் கூசும். வீட்டைவிட்டு எங்கேயாவது ஓடிப் போக வேண்டும்போல ரோசம் வரும். பிறகு ஆறுதலாக இருந்து தனிமையில் சிந்தித்துப் பார்க்கும் போது அவர் சொல்லுவதிலும் கூட நியாயம் இருப்பதுபோல் தென்படும்.

இருபத்தைந்தைக் கடந்தும் படிப்பையும் தொடர முடியாமல் வேலையைத் தேடிக் கொள்கிற சாமார்த்தியமும் இல்லாத குடும்பத்திற்கு மூத்த பிள்ளையைப் பற்றி முழுக் குடும்பத்தையும் காப்பாற்ற வேண்டிய பொறுப்புள்ள தந்தை இப்படி அலுத்துக் கொள்வதில் தவறில்லை என்று தனக்குள்ளேயே மனதைத் தேற்றிக் கொள்வான்.

மற்றவர்களின் உழைப்பில் நின்று கொண்டிருக்க இவனுக்கும் வெட்கமாகத்தான் இருந்தது. அதற்காக அவன்தான் என்ன செய்வான்!

அவனிடமும் தான் 'பைல்' நிறைந்த "சேட்டுவிக்கற்"றுகள், வேலை யாராவது கொடுக்க வேண்டுமே! யாரையாவது பிடித்து 'சரிக்கட்டி' காரியம் பார்க்கலாம் என்றால் கையில் மூவாயிரம் வேண்டும் என்று சொல்கிறார்கள்.

கையில் மூவாயிரம் இருந்தால் மூத்த தங்கையின் கல்யாணம் இரண்டு வருசத்துக்கு மேல் இழுபட்டுக் கொண்டு கிடக்குமா?

வயிறு பிசைந்தது. பசியினால் விண்...விண்... என்று இரைந்தது. பெரிய அறைக்கதவு அண்டை சென்றான். மூத்தவள் ராணியை எழுப்பலாம் என்று முதலில் நினைத்தான். அவளை இலகுவில் எழுப்பிவிட முடியாது. அவள் எழும்புவதற்கு முதல் தகப்பனே எழுந்து வந்து விடுவார். அம்மாவை எழுப்புவதுதான் இலகுவான காரியம்.

“அம்மா... அம்மா... அம்மா”

மெதுவாக வாசலில் நின்றபடி கூப்பிட்டான். உள் அறையில் சில நிமிடங்கள் வரை எந்தவித சலனமும் இல்லை. கதவை லேசாகத் தட்டிக் கொண்டே மறுபடியும் குரல் கொடுத்தான். உள்ளே யாரோ அரண்டு எழும் சலனம். அதைத் தொடர்ந்து அம்மாவின் அடைத்த குரல்.

“புள்ள... புள்ள... தங்கச்சி, அண்ணன் வந்து நிக்கிறான் போல இருக்கு. எழும்பிப் போய் சோத்தைப் போட்டுக் கொடு.”

“போண எனக்கு அலுப்பாயிருக்கு... சும்மா எல்லாத்துக்கும் என்னத்தான் இந்த மனுசி முறிக்குது. அங்க அவள் மெள்ள பிரண்டு கிடக்கிறாள். அவளை அரட்டிச் சொல்லன்” - இது ராணியின் குரல்.

“எழும்படி. அவள் இப்பதான் வீடு இல வெட்டிப்போட்டு அலுப்பில கிடக்கிறாள். அங்க அந்த இளந்தாரி எவ்வளவு நேரமாகக் காத்துக் கொண்டு நிக்கிறான். எழும்படி. சுனங்கல்.”

தங்கை ராணி அலுப்புடன் அம்மாவைத் திட்டிக் கொண்டே லாம்புடன் வெளியே வந்தாள். அவள் கண்களில் நித்திரையின் அழுத்தம். நாள் முழுவதும் வீட்டு வேலைகள் செய்து அலுத்துப் போன சோர்வு முகத்தில்.

இவன் தந்தையின் படுக்கையைத் திரும்பிப் பார்க்கிறான். அவர் மறுபக்கம் புரண்டு படுத்துக் கொள்கிறார்.

“பாவம் மனுசன். இனி நடுச்சாமத்தில் எழும்பிப் போய் நித்திரை முழிச்சு தூண்டலுக்கு கிடந்து போட்டு விடிய பஞ்சி அலுப்பில வாறவர்.”

அவன் எழுந்துப் போய் கைகளை நீரில் நனைத்துக் கொண்டு குசினிக்குள் சென்று மரப் பலகையில் குந்திக் கொண்டான்.

ராணி சோற்றைக் கோப்பையில் போட்டுக் கொடுத்து விட்டு கிணற்றடிப் பக்கம் இருந்த குடத்தில் தண்ணீர் வார்த்து வரச் சென்று விட்டாள்.

முதல் பிடியை பிசைந்து வாயில் திணித்துக் கொள்ளப் போன போதுதான் முதல் நாள் இரவு இவனும் நண்பன் யோசப்பும் போய் பார்த்து வந்த "வல்மத்துவ" சிங்கள சினிமாப் படத்தின் காட்சிகள் ஒன்றின் பின் ஒன்றாக மனதில் நெருங்கியடித்துக் கொண்டு வந்தன.

வேலையற்ற பட்டதாரி நண்பர்கள், அவர்கள் கிராமத்தில் படும் கஷ்டங்கள். முகம் கொடுக்கும் பிரச்சினைகள்.

நிலச்சுவாந்தாரன் ஒருவனின் கபடத் தனமான கொடுமையினால் சொந்த நிலத்தைப் பறிகொடுக்கும் அந்த ஏழை வாலிபனின் குடும்பம், தட்டிக் கேட்கச் சென்ற வாலிபன் இறுதியில் துப்பாக்கி வேட்டுக்குப் பலியாகி மடியும் அந்தக் கொடூரமான ரத்தத்தை உறைய வைக்கும் காட்சி...

இறுதியில் எரியும் அவனுடைய சிதைக்கு முன்னால் அழுது புலம்பும் வயோதிபத் தாயின் ஆறாத்துயர்! "சை, என்ன கொடுமை."

அவன் இதயத்தில் அவனை அறியாமலே ஓர் அந்தரிப்பு கண்களில் நீர்க் கசிவு. கூடவே எழுந்த பழி உணர்வு. இத்தனை கொடுமைகள் மலிந்த சமூகமா?

"அண்ண, அம்மானும் மாமியும் கொஞ்ச நேரத்துக்கு முன்னால வீட்ட வந்திற்றுப் போயினம்."

வெகு நேரமாய்த் தலை குனிந்தபடி கோப்பையிலிருந்த சோற்றையே வெறித்துப் பார்த்துக் கொண்டிருந்த அவன் தலையை நிமிர்த்திப் பார்த்தான்.

ராணி தன் எதிரே பலகையில் இருந்த இவனையே வெகுநேரமாகப் பார்த்துக் கொண்டிருந்தாள். அவள் கேட்பது கூட இவன் காதுகளில் சரியாக விழவில்லை.

“என்ன ராணி கேட்டனி?”

“அம்மானும் மாமியும் வீட்ட வந்திற்றுப் போயினம். இந்த ஆவணிக்குள்ள கல்யாணத்தைச் செய்து போடட்டாம்.”

“அப்புவும் அம்மாவும் அதுக்கு என்ன சொன்னவியள்.”

இவன் அப்படிக் கேட்டதும் ராணி தலையைக் குனிந்து கொண்டாள். அவள் கை விறகுச்சுள்ளி ஒன்றை எடுத்து நிலத்தில் ஏதோ கிறுக்கிக் கொண்டிருந்தது.

“மூத்தவனுக்கு வேலை கிடைச்சதுக்குப் பிறகுதான் கலியாணத்தைப் பற்றி யோசிக்கலாம் எண்டு சொல்லிப் போட்டினம்.”

“அதுக்கு அம்மான் ஆக்கள் என்ன சொல்லிச்சினம்.”

“உனக்கு வேலை கிடைச்சு எனக்குச் சீதனக் காசு சம்பாதிக்கிறதுக்கிடையில் தங்கட மகன் மூண்டு பிள்ளைகளுக்குத் தகப்பனாப் போயிடுவாராம். வசதியில்லாட்டி வேறு இடத்தைப் பார்க்கச் சொல்லிப் போட்டுப் போயிற்றினம்.” அவள் குரல் அதற்கு மேல் பேச முடியாமல் தழுதழுத்தது.

இவன் நெஞ்சுக்குழியில் ஏதோ சிக்கிக் கொண்டது. மூச்சு முட்டிக் கொண்டு வருவது போன்ற தவிப்பு. பக்கத்திலிருந்த செம்பிலிருந்து நீரை மடமடவெனக் குடித்து விட்டு விறுக்கென்று எழுந்து விட்டான்.

அதற்கு மேல் ஒரு பிடி சோறும் தொண்டைக்குள் மறுத்து விட்டது. செம்பையும் தண்ணீரையும், எடுத்துக் கொண்டு கழுவுவதற்காக வெளியே வந்தான். சில கணங்கள் மவுனத்தால் கரைந்தன.

“தங்கச்சி சாப்பிட்டிற்றியா...”

“ஓம்...”

“பொய் சொல்லாத...”

“ஓம் அண்ணா, சோறு தண்ணியுக்குள்ள போட்டு பினாட்டோட குடிச்சனாங்க.”

“அம்மா சாப்பிட்டாவா.”

“ஓம்...”

“இவன் தம்பி எங்க? படுக்கையில் காணோம். நாளைக்கு சோதனையில்ல தொடங்குது.”

“ஓம் அண்ண, அவன் பள்ளிக்கூடத்தால பின்னேரம் வந்தான். நாளைக்கு ஆரோ மந்திரிமார் கொழும்பில் இருந்து புதுசாக் கட்டின கட்டடத்தைத் திறக்க வருவினாமாம் எண்டு சொல்லிக் கொண்டு நின்றவன், பிறகு ஆரோ பெடியளோட சைக்கிளில கூடிக் கொண்டு போறான். மத்தியானமும் சாப்பிட வரயில்ல.”

தம்பியின் போக்கும் இவனுக்குப் பிடிபடவில்லை. எதற்கு எடுத்தாலும் நியாயம் பேசுவான். ஏதேதோ கூட்டங்களுக்கெல்லாம் போய் வருவதாக ஊரில் உள்ள பலர் இவனிடம் கூறியிருக்கின்றனர். படிப்பிலும் முன்பு போல் அக்கறையில்லை. வீட்டிலும் அதிகம் தங்குவதில்லை.

இவன் மனதில் பெரும் குழப்பம். நம்பிக்கைகள் தீர்ந்து போன ஆற்றாமையினால் மனதை அழுத்திக் கொண்டிருந்த துயரங்கள் தூக்கத்தைத் துரத்தி அடித்தன.

இவன் முற்றத்துக்கு வந்தான். ராணி கை விளக்கை இவன் படுக்கைக்கு அருகே வைத்து விட்டு அறையைத் திறந்து கொண்டு உள்ளே போய்விட்டாள்.

அன்று பவுர்ணமி கழிந்து மூன்றாம் நாள். நிலவு அப்பொழுதுதான் காலித்துக் கொண்டு வந்தது. இதமாக வீசிக் கொண்டிருந்த சீதளக் காற்றின் சிலுசிலுப்பில் கிணற்றடிப் பக்கம் நிற்கும் நெல்லி மரத்திலிருந்து இலைகள் உதிர்ந்து கொண்டிருந்தன.

எங்கேயோ வீட்டிலிருந்து யாரோ ஒருவன் உச்ச சுதியில் நாட்டுக் கூத்துப் பாட்டைப் பாடுகிறான். தகரப்பேணி மிருதங்கமாக முழங்குகிறது. இரண்டாவது சினிமாக் காட்சி பார்த்து விட்டு

வீதியால் செல்வோரின் ஆரவாரங்கள், விமர்சனங்கள். அதிர் வெடிச் சிரிப்புகள். அவையும் அடங்கின.

படுக்கையைத் தட்டிப் போட்டு அலுப்புடன் சாய்ந்து கொண்டு சில கணங்கள் தூங்குவதற்கான போராட்டம்.

படலை திறக்கும் சத்தம் கேட்டது. இவனுடைய தம்பிதான் வியர்த்து விறுவிறுக்க வந்து கொண்டிருந்தான். அவனுடைய கைகளில் சுருட்டப்பட்ட போஸ்டர்கள். தகரப் பேணி, பிறஸ்...

காகிதச் சுருள்களை அவசரமாக மூலையில் எறிந்து விட்டு கிணற்றடிப் பக்கம் சென்று நீரை வார்த்து கைகளை அழுத்தி உழக்கி கழுவிக் கொண்டிருந்தான்.

கைகளில் ரத்த நிறத்தில் சாயம் நீருடன் கழுவுண்டு நிலத்தில் மண்ணுடன் கலந்து செந்நிறமாகி...

அவன் படுக்கையிலிருந்து விறுக்கென்று எழுந்துப் போய் காகிதச் சுருள்களை எடுத்து விரித்து ஒவ்வொன்றாக விளக்கு வெளிச்சத்தில் படித்துப் பார்த்தான்.

“முதலாளித்துவக் கல்வி முறை முற்றாக ஒழிய வேண்டும்.”

“வெற்றுக் காகிதங்கள் வேலை தருமா?”

“தரப்படுத்துதல், இன ஒடுக்குதல்.”

அவன் மனம் அந்த வெள்ளைத் தாள்களில் சிவப்பு எழுத்தில் பளிச்செனத் தெரிந்த வாக்கியங்களின் அர்த்தங்களை முதல் முறையாக பிரியத்துடன் நினைத்துப் பார்க்கின்றது.

இவன் சுமந்த வெற்றுக் காகிதங்கள், வீணான நாட்கள், “சின்னத்தனமான” அரசியல்வாதிகளின் பின்னே விவஸ்தை கெட்டு அலைந்து திரிந்த அந்த நாட்கள். கசப்பான மாத்திரையை விழுங்கிக் கொண்டவன் போல் முகத்தைச் சுளித்துக் கொண்டான்.

இந்தச் சமூகத்தை, வாழ்க்கையை, இந்தத் தேசத்தை அவனுக்கு முன்பே புரிந்து கொண்டு விட்ட இவன் தம்பி இவனுக்கு இன்னும் புதிரானவனா...!

தம்பி கிணற்றடியிலிருந்து கை கால்களைத் துடைத்துக் கொண்டே நிமிர்ந்து எழுந்தான். இவன் காகிதக் கட்டுக்களுடன் நின்று அவனை உற்றுப் பார்ப்பதை அவதானித்து விட்டவனாய் கொல்லைப்புறமாக மெதுவாக நகர்ந்தான்.

முற்றத்தில் தந்தையின் மரக்கோல், சவள் பலகை, பறி... நீர் கோலும் பட்டை... தங்கூசிப் பெட்டி.

"இந்த ஆவணிக்கு தங்கச்சியின் கல்யாணத்தை எப்படியாவது முடிச்சுப் போட வேணும்."

அவன் அந்த நினைப்பிலிருந்து விடுபடவில்லை. ஒரு கணப்பொறிதான். தெரு நாய்கள் பலத்த சத்தத்துடன் குரைத்தன. அடங்கிப் போயிருந்த வெளிப்புற ஓசைகள், சனங்களின் விழிப்பும், நடமாட்டமும், ஒடுங்கிய குரல்களும் இவனைத் திடுக்கிட வைத்தன...

தெற்குத் தெருவால் உறுமிக் கொண்டு வந்த ஜீப் ஒன்று படலைக்கு முன்னே 'சடின் பிறேக்'குடன் நின்றது. ஜீப்பிலிருந்து 'தாம்தீம்' என்று பூட்ஸ் கால்கள் நிலத்தில் குதித்தன. படலை படீரெனத் திறந்தது.

இரண்டு காக்கிச் சட்டைகள் முன்னே பாய்ந்து இவனைப் போஸ்டர்களுடன் இறுகப் பற்றிப் பிடித்துக் கொண்டன. பிடரியில் ஒருத்தனின் முஷ்டி ஓங்கி இறங்கியது. இரும்புக்குண்டால் அடித்தது போல். இன்னொருவனின் சப்பாத்துக்கால் சினத்துடன் முகத்தில் பதிந்தது. தாடையிலும், மூக்கிலும் வெடிப்பு. ரத்தம் கசிந்தது, நிலத்தில் முத்தமிட்டு எழுந்த அவன் முகத்தில் ரத்தத்துடன் அந்த மண்ணும் அப்பிக்கொண்டது.

தரதரவென இழுத்துக் கொண்டு போய் ஜீப்பில் இவனை எறிந்தார்கள். உள்ளே இருந்தவர்களின் பூட்ஸ் கால்களுக்கிடையில் முகம் கவிழ்ந்து வீழ்ந்தான்.

"போஸ்டர் ஒட்டுறது? வடுவா றாஸ்கல்! செம்மையாகச் சாத்தினால் தான் திருந்துவீங்கள்."

தமிழ்க் குரல் உள்ளே இருந்து ஒலித்தது. இவன் மெல்ல எழுந்து 'அம்மா...' என முனகிக் கொண்டே இருக்கையில்

அமர முயற்சித்தான். ஜீப் வண்டி வேகத்துடன் ஓடிக் கொண்டிருந்தது. தூரத்தில் வீட்டோரின் அவலக் குரல்கள் கேட்டன. இப்போது நன்றாக உள்ளே இருந்தவர்களைப் பார்க்க முடிந்தது. சில முகங்கள் வீதிகளில் கண்டவை, உதட்டிலும், தாடையிலும் வழிந்து கொண்டிருந்த ரத்தத்தைக் கையால் அழுத்தித் துடைத்தான். இப்போது வீதியை நன்றாகப் பார்க்க முடிந்தது. நிலவு வெளிச்சத்தில் மதில் சுவர்களில் சிவப்பு மய்யினால் எழுதப்பட்ட சுலோகங்கள் பளிச்செனத் தெரிந்தன. போஸ்டர்களும் தெரிந்தன.

இவன் தம்பியை நினைத்துக் கொண்டான். அந்த வேதனைக்குள்ளும் கூடவே சிரிப்பு வந்தது.

◉

உயிர்

எதிரே பிரதான வீதி, அப்பால் மாதாகோயில், மாதா கோவில் வளவு நிறைய 'ரெம்ள் ரீஸ்' கொத்துக் கொத்தாக மஞ்சள், வெள்ளைப் பூக்கள் விரிந்து பரந்த பெரிய மரத்தின் நிழலின் கீழ், பல வண்ணங்களில் 'நேர்சரி'ப் பிள்ளைகள். வழமைக்கு மாறாக சோதினி ரீச்சர் பிரம்பால் உலுக்கி கோபத்துடன் கத்திக் கொண்டிருந்தாள்.

தெருவில் கூட ஆள் நடமாட்டம் குறைந்திருந்தது. எதிரே இருந்த அரச மரத்தின் நிழலில், மாடு ஒன்று சாவதானமாக அசை போட்டுப் படுத்துக் கிடந்தது.

'செயார்மன்' எதிர்பாராத விதமாக அறையை விட்டு வெளியே வந்தார். அவரும் யன்னல் அருகே நின்று வெளியே பார்த்தார். வழக்கமாகக் காரில் இருந்து இறங்கினால், நேரே தனது அலுவலக அறைக்குள் போய் விடுவார். அலுவலகம் முடிவடைந்தால் அப்படியே காரில் போய் ஏறிவிடுவார். இப்படி நின்று நிதானித்து வெளியே வேடிக்கை பார்த்தது கிடையாது.

அவன் 'பேசீட்டை' எடுத்து வைத்து மீண்டும் சரிபார்க்கத் தொடங்கினான். சிவசேகரன். சி.லேபறர்.

அன்று காலை பத்துமணிக்குப் பின்தான் அந்தச் சம்பவம் நடந்திருக்கிறது. அங்கு 'ஐஸ்' தினமும் வாங்கிச் செல்லும் மீன் வியாபாரி கந்தப்பன் முதலில் அலுவலகத்திற்கு வந்து இந்தச் செய்தியை அறிவித்துச் சென்றான்.

'பாவம் சிவசேகரன்... நல்ல குணமான பொடியன். புள்ள குட்டிக்காரன்...'

எல்லோரும் அவனுக்கு அனுதாபம் தெரிவித்தனர். 'எக்கவுண்ட்ஸ் கிளாக்' திருமதி சிவகுமார் மாத்திரம் நீண்ட நேரமாக மூக்கைச் சிந்திக் கொண்டிருந்தாள்.

ஜேர்மனியில் கார் விபத்தொன்றில் சமீபத்தில்தான் அவளுடைய அக்காள் புருசன் இறந்து போன செய்தி அவளுடைய வீட்டாருக்குத் தெரிய வந்தது.

'கேற்றை'த் திறந்து கொண்டு மனோகரன்தான் முதலில் உள்ளே வந்தான். அவனுக்குப் பின்னால் இன்னும் சில ஆலை வேலையாட்கள்...

மனோகரன் 'செயார்மன்' பக்கத்தில் வந்து நின்றான். தேகம் சற்றுப் படபடத்தது அவனுக்கு. 'என்ன' என்பது போல் செயார்மன் இவனையும் இவனோடு கூட வந்தவர்களையும் பார்த்தார்.

'சேர்... சிவசேகரனுக்கு சூடுபட்டிற்று. ஆஸ்பத்திரிக்குக் கொண்டு போயிருக்கிறாங்க'

மேசைகளின் மேல் வைத்து எதை எதையோ எழுதிக் கொண்டிருந்தவர்கள் எல்லோரும் நிமிர்ந்து பார்த்தார்கள்...

'இன்றைக்கு அவனுக்கு டியூட்டி இல்லைத்தானே... பிறகு ஏன் பக்டறிக்கு வந்தான்...' செயார்மன்.

இன்றைக்குச் சம்பளம் கொடுப்பதாகப் பேசப்பட்டது... அதுதான் அவன் வந்தான். அவன் வீட்டில் சரியான கஸ்ரம்.

யாருக்குத்தான் கஸ்ரம் இல்ல... இன்றைக்குத் திகதி இருபது, அதற்குள்ள என்ன சம்பளம்...'

அவன் அப்பொழுதுதான் வந்திருந்தவர்களை நிமிர்ந்து பார்த்தான். வேலையாட்களும் மனோகரனும் அவனுடன் கூட வந்த கோபத்துடன் வெளியே செல்வது தெரிந்தது. கேற்றின் சத்தம் பலமாகக் கேட்டது...

அவர்கள் போன பின் வெளியே பார்த்தான். எதிரே இருந்த மதிற்சுவரில் காகம் ஒன்று பறந்து வந்து குந்தியது. அங்குமிங்குமாக அலகினைச் சிலிப்பியது. எதையோ எதிர்பார்த்தது. சடாரென

இன்னொன்று... மேலும் இன்னொன்று... சேர்ந்தாற்போல் பல காகங்கள், அலகுகளைச் சிலுப்பி பயங்கரமாகக் கத்தின.

அல்பேட் கிச் சொக்கின். 'தி பேர்ட்ஸ்' இவன் நினைவுக்கு வந்தது.

வழக்கம் போல் நேற்றும் சிவசேகரன் பக்டரி மனேஜருடன் விற்பனைப் பணத்தைக் கொண்டு அலுவலகத்திற்கு வந்திருந்தான். தலையைத் தடவிக் கொண்டு இவன் அருகே வந்து நின்றான். ஒவ்வொரு மாதமும் இப்படித்தான் இருபதாம் திகதி தொடக்கமே 'எப்போ அய்யா சம்பளம் கொடுப்பீங்க' என்று கேட்கத் தொடங்கி விடுவான்.

சிவசேகரனுக்கு இறுக்கமான உடல்வாகு. சற்று கறுப்புநிறம் அளவாக வெட்டி மீசை விட்டிருப்பான். சுருட்டை மயிர் முன்னோக்கிச் சரிந்திருக்கும். அதிகம் பேசமாட்டான். பேசும் போதும் பக்கத்திலிருப்பவர்களுக்குக் கேட்காது. அவ்வளவு பவ்வியம். சிவசேகரன் பல சம்பவங்களின் பின்னணியில் எல்லா ஊழியர்களின் கவனிப்பையும் பெற்றிருந்தான். அவனுடைய காரியமாற்றும் முறை பலரையும் கவர்ந்து விட்டதொன்று...

ஆலையில் 'பவர்கட்' ஏற்பட்டால் 'பவர் ஸ்ரேசனுக்கு பாய்ந்து ஓடிப் போய் முதலில் அறிவிப்பவனாக இருப்பான். ஆலையிலிருந்து பணம் எடுத்துக் கொண்டு அலுவலகத்திற்கு யார் வந்தாலும் கூடத் துணைக்கு வருவது அவனாகத்தான் இருக்கும்.

இவை எல்லாவற்றையும் விட, போன 'மார்ச்சில் ஆலையிலும் அலுவலகத்திலும் இடம்பெற்ற 'ஸ்ரைக்'கில் குண்டு குண்டான எழுத்தில் அட்டைகளில் சுலோகங்கள் எழுதியது, சுவர்களில் ஒட்டியது, மரங்களில் ஏறி ஆணியால் அடித்தது. பேப்பர் காரரையும், போட்டோ பிடிப்பவரையும் கூடவே கொண்டு வந்து பெரிய கடதாசி அட்டையைச் சுருட்டி 'கோர்ண்' போல் பாவித்து சுலோகங்களை உரத்து எழுப்பி அமர்க்களப்படுத்திவிட்டான்.

"என்ன இருந்தாலும் செயார்மன் இப்படிப் பேசியிருக்கக் கூடாது தான்...

எல்லோர் மனதிலும் பட்டிருந்தது. ஆனால் பூனைக்கு யார் மணிகட்டுவது? பிரதம லிகிதர் தவரட்ணம், இறுதியாக வந்த பட்ஜட்டில் வெளி வந்த "ஸ்பெசல் அலவன்ஸ" மூன்று மாதங்ளுக்கு மேலாகியும் வழங்கப்படாதிருந்தது பற்றி சற்று சூடாகப் பேசியதன் விளைவு - அடுத்த நாள் வேறு காரணத்திற்காக 'எக்ஸ்கிளனேசன்' கேட்டுச் செயார்மனின் கையொப்பத்துடன் கடிதம் வந்தது.

ஆலையிலிருந்து அலுவலகத்திற்கு வரும் வழியில் ஒரு சந்தி. பயங்கரமான கொலைக்குத் தீர்ப்பெழுதப்படும் இடம். பொது மக்கள் பேசிக்கொண்டனர். அந்தக் குறுக்கு வீதி மேற்கே முகப்பில் பெரிய சந்தை. சந்தைக்குக் காய்கறி வாங்க வருபவர் பலர், வீதியைக் கடக்கும் தருணம் மரணத்தை தழுவிக் கொண்டனர்.

அந்த வீதியின் கிழக்குப் பக்கம் இடிந்து, புதர் மண்டிக் கிடக்கும் 'முனிசிப்பல்' கட்டடம். அதற்கு அப்பால் இடிந்து நொறுங்கிய 'பொலிஸ் ஸ்ரேசன்'. அதற்கு அப்பால் மேற்கு முகம் பார்க்க ... ராணுவ முகாம்... ஒல்லாந்தர் கோட்டை.

எந்த நேரத்தில் அங்கிருந்து வெடி பாயும் என்று யாராலும் எளிதில் சொல்லிவிட முடியாது. நகரம் முழுவதும் அதிர்ந்து குலுங்கும்.

ஆலையிலிருந்து வேலை முடிந்து திரும்பும் வேலையாட்கள் அந்தச் சந்தியில் நின்று நிதானித்து உயிரைக் கையில் பிடித்துக் கொண்டு ஒருவர் பின் ஒருவராக... சந்தியைக் கடப்பதற்குள் இருதயம் நின்று போய் விடும்.

அன்றைய தினமும் அய்ந்து ஆலைத் தொழிலாளர்கள் இருவர் முன்னே நடந்தனர். அடுத்து சிவசேகரன். சைக்கிளில் இவன். பின்னால் இன்னமும் சற்றுத் தூரத்தில் சோமன், பூவிலிங்கம்.

அப்பொழுதுதான் அந்தக் குண்டு பெரும் சத்தத்துடன் சரேலெனப் பாய்ந்து வந்தது. யார் மேலோ பட்டு உடலை உருவி, சடாரென எதிரே இருந்த இடிந்த சுவரில் மோதித் துளைத்து அப்பால் சென்றது.

முன்னே சென்ற சிவநாதனும், மனோகரனும் சத்தம் கேட்டு அதிர்ந்து போய்த் திரும்பிப் பார்த்தனர்.

சைக்கிளில் வந்து கொண்டிருந்த சிவசேகரன் சத்தம் போட்டுக் கத்தினான்.

“வெடி பட்டிற்று எங்கேயென்று தெரியவில்லை” வார்த்தைகள் முடியவில்லை. சைக்கிளில் இருந்த சிவசேகரன் மெல்லச் சரிந்து நிலத்தில் விழுந்தான். முன்னே நின்ற சிவநாதனும், மனோகரனும் பாய்ந்து வந்து தூக்கி நிமிர்த்தினர். ரத்தம் வீதி முழுவதும் பரவியது.

பின்னே வந்த சோமுவும், பூவிலிங்கமும் சந்தியை ஓரே தாவில் பாய்ந்து கடந்து சேர்ந்து தூக்கினர். கடற்கரைப் பக்கம் சென்றியில் நின்ற பொடியங்கள் சிலர் திமுதிமுவென இந்தப் பக்கம் ஓடி வருவதும் தெரிந்தது.

சிவநாதன் ‘ராக்சி ஸ்ராண்டைத் தேடி ஓடினான். எதிரே இருந்த சுவர் மணிக்கூட்டை நிமிர்ந்து பார்த்தான். நேரம் பன்னிரண்டை நெருங்கிக்கொண்டிருந்தது.

பொன்னையர் அப்பொழுதுதான் படியேறி கந்தோருக்குள் வந்து கொண்டிருந்தார். ரூபவாஹினியில் ‘வெஸ்ட் இண்டிஸ்’ ‘இங்கிலண்ட்’ ‘ரெஸ்ட் மச்’ பார்ப்பதற்காகவே அரைநாள் லீவு எடுக்கும் இந்த நூற்றாண்டு மனிதர் அவர்.

இவனுக்கு இருப்புக் கொள்ளவில்லை. காலையில் சிவசேகரன் வீட்டில் என்ன சொல்லி வந்திருப்பான்? குழந்தைகள் பசியில் அழுதிருக்கும். “சம்பளம் எடுத்து வரும் பொழுது சின்னக்கடையில் அரிசியும் கறியும் வாங்கி வருவேன்”

அவன் இழப்பு. அவன் மனைவி...அவன் பிள்ளைகள்...

‘பேசீட்டை’ மறுபடியும் மடித்து, பேப்பர் வெயிற்றை அதன் மேல் வைத்து, இருக்கையை விட்டு எழுந்தான். மனதில் ஒரு வேகம், சிறுமை கண்டு... இந்த நேரத்தில் பேசிப் பார்க்கக் கூடிய ஒருவர் எக்கவுண்டன் திருச்செல்வம்.

அவன் மேசை அருகே நெருங்கி வந்து நின்றான். ஷ ஷ என்ன எக்கவுண்டன் சேர்...? இப்படியே இருந்தால் எப்படி? சிவசேகரத்திற்கு ஏதாவது நாங்கள் செய்ய வேண்டாமா...?

எக்கவுண்டன் நிமிர்ந்து பார்த்தார். கண்ணாடியைக் கழற்றி மேசையில் வைத்தார். அவர் பார்வையில் பரிதாபமா? பயமா?

"ஏன் ஐசே இதில் என்னை மாட்டப்பாக்கிறாய்... மந்திலி ஸ்ரேற்மன் இன்னும் குடுக்கயில்லை என்று என்னோட ஏறிக் கொண்டிருக்கிறார் "செயார்மன்". "இது வேறு தொல்லை... குறை நினைக்காதீர்... இதற்கு வேறு யாரையாவது பாரும்"

அவன் பலமாகத் தலையசைத்தான். கோபம் தலைக்கு ஏறியது. இருந்தும் சுதாகரித்துக் கொண்டான். திடமான முடிவுக்கு வந்தவனாக முகாமையாளர் மேசைக்கு முன் போய் நின்றான். வெகு எச்சரிக்கையுடன் வார்த்தைகளைப் பேச வேண்டுமென்று நினைத்துக் கொண்டான்.

முகாமையாளர் கண்ணாடியை சரி செய்து கொண்டே நிமிர்ந்து பார்த்தார். பிறகு வெற்றிலையை மடித்து, சுண்ணாம்பைத் தடவிக் கொண்டு மறுபடியும் வாயில் போட்டு அரைப்பதற்குத் தயாராகிக் கொண்டிருந்தார்.

"என்ன விசயம்..."

கேட்டுக் கொண்டே அவக்கென்று வாய்க்குள் வெற்றிலையைத் தள்ளினார்.

"இல்லை... சேர்... எங்களோட பத்து வருஷத்துக்கு மேலாக வேலை செய்தான்... சேகர்..."

"உம்..."

அவனுக்கு நாங்கள் ஏதாவது செய்ய வேணும்...

"உம்..."

சரியான கஸ்ரம் அவனுக்கு. சாவிட்டுச் செலவுக்கு ஒரு ஆயிரமாவது கொடுக்க வேணும். அஞ்சலி நோட்டீசும் வேறு இருக்கு. அலுவலகக் கறுப்புக்கொடி. ஒரு நாள் லீவு உம்...

'முகாமையாளர் சடாரென இருக்கையை விட்டு எழுந்து வெளியேறி போய்... 'பளிச்...' என்று ஒரு தடவை வெற்றிலைச் சாற்றை துப்பிவிட்டு வந்து மறுபடியும் இருக்கையில் அமர்ந்தார்.

"எல்லாம் செய்ய வேண்டியது தான்"

இப்படித்தான் முகாமையாளரிடம் இருந்து வார்த்தைகள் வரும் என்று எதிர் பார்த்தவனுக்கு அவருடைய பேச்சு அதிர்ச்சியாக இருந்தது.

"எல்லாம் எங்களுக்குத் தெரியும்... உம்முடைய வேலையைப் போய்ப் பாரும்..."

அவனுடைய முகம் சிறுத்துப் போனது.

அக்கம் பக்கம் இருந்தவர்கள் எல்லாம் இவனையே பார்த்து "உனக்கு ஏன் இந்த வேலை" என்று பரிகசிப்பது போல் அவர்கள் பார்வை. மெதுவாகத் தலை குனிந்தபடியே தனது இருக்கைக்கு வந்து அமர்ந்து கொண்டான். இருப்புக் கொள்ளவில்லை. பிறகு பேனாவை கையில் எடுத்து அரை நாள் லீவுக்குக் கடிதம் எழுதினான். வலைமேசையிலிருந்த பைல்களை எடுத்து லாச்சிக்குள் வைத்து இழுத்துப் பூட்டினான். அவனுடைய நீல நிறத் துணிப்பையை எடுத்துத் தோளில் மாட்டிக் கொண்டான். 'சீவ் கிளாக்' மேசையருகே சென்று லீவுக் கடிதத்தைக் கொடுத்துவிட்டு வெளியேறினான்.

சிவசேகரத்தின் வீட்டை நோக்கிச் சைக்கிளை விரைவாக மிதித்தான் - ஊதுபத்தி மனமும் - தைல வாசனையுமாக சாவீட்டின் புறச்சூழல் அவன் மனதைத் தாக்கியது. மதிற்சுவரில் காகங்களைக் காணவில்லை. அதற்குப் பதிலாக அவற்றின் எச்சங்கள் வழிந்து அசிங்கப் படுத்தியிருந்தன.

⊙

அகல் விளக்கு

அது ஒரு பூஜை அறை. மலர்களின் தூய்மையான நறுமணம் எங்கும் கமழ்கிறது. சாம்பிராணியினதும் புனித வாசனை தென்றலில் இணைகிறது. அத்தெய்வ சந்நிதானம் அமைதியின் இருப்பிடமாக விளங்குகிறது. எங்கும் பூரண அமைதி. உலக சஞ்சாரங்களை ஊடறுத்துப் பாயும் தெய்வீக அருள் கடவுள் இல்லையே என வாதிக்கும் நாஸ்திகனையும் தலை வணக்கச் செய்யும் தெய்வத் திருவருள் பாலிக்கும் அவ்விடத்தில் மங்கல தீபம் அகல் விளக்கு ஒன்றுக்கு குலப் பெண்டிரின் வதனத்தில் ஒளிர்விடும் குங்குமச் சுடர் போல எரிந்து கொண்டிருக்கிறது.

சுடரிலிருந்து புனித ஒளி வெள்ளம் இருளின் அகன்ற வாயை ஊடுருவி அமைதியுடன் அந்த அறையில் பிரகாசித்தது. வெளிவிறாந்தையில் பிரகாசமான மின்வெளிச்சம் வீடு முழுவதையும் பகலாக்கி வைத்திருந்தது. விட்டில் பூச்சிகளை விழுங்கி ஏப்பமிட்டுக் கொண்டிருந்த அதன் வெள்ளொளியின் முன், தெய்வீக பீடத்தில் கொலுவீற்றிருந்த சுடர் விளக்கு, இறுமாப்புடைய சந்திர ஒளியின் முன் நட்சத்திர பிழம்பு போல் காட்சி தந்தது.

மின்சார விளக்கிற்குப் பெருமை தாங்க முடியவில்லை. ஹா நண்பரே! தெய்வ சந்நிதானத்தில் கொலுவீற்றிருக்கும் அன்பரே! தெய்வத்தின் பாதத்திலேயே அர்ப்பணித்துவிட்ட உன் வாழ்வுதான் என்ன! வரம் பெற்று வைகுண்டத்தையே நடுங்க வைத்த தவயோகிகளின் வலிமையென்ன? நித்தம் ஒன்றைக் காலில் நற்தவம் செய்யும் உன் வாழ்வு தான் என்ன! நண்பரே சாரளத்தின் வழியே வீசும் இளம் தென்றலின் மிக மென்மையான

ஸ்பரிசத்தைக் கூடத் தாங்க முடியாமல் உயிர் மூச்சின் இறுதி வரை வினாடிக்கு வினாடி செத்துக் கொண்டிருக்கிறாயே, உன் அர்ப்ப ஒளியில் நீ பூசிக்கும் அந்தத் தெய்வத்தின் திருமுகங்கள் கூட தெளிவாகத் தெரியவில்லையே.

என்ன! உன் பெருமை! மின்சார விளக்கு இன்னும் பிரகாசமான ஒளிவெள்ளத்தைத் திறந்துவிட்டுக் கடகடவென ஆர்ப்பரித்தது. அகல் விளக்கிற்கு ரோசம் தாங்க முடியவில்லை. இருந்தும் அடக்கிக் கொண்டு அமைதியாகப் பதிலளித்து, தகுதியை சரியாக எடைபோடத் தெரியாமல் இறுமாப்படைத்திருக்கும் நண்பரே, நீரும் ஒளியை கொடுக்கிறீர்கள், நானும் என் கடமையைச் செய்கிறேன்.

தெய்வத்தின் அருள் வேண்டி அவன் திருவடிகளுக்குப் பாத பூஜை செய்த வரம் என் வாழ்வுக்குக் கிடைக்கும் பெருமையும் ஆபாசங்களால் கட்டி ஆளப்படும் மனித ஜடங்களைச் சேவிக்கும் உன் வாழ்வின் சிறுமையை அறிவாயோ? நீ சேவிக்கின்றாயே மனிதன்... அவன் கூட என் தெய்வத்தின் திருப்பாதங்களைத் தொழுவதை அறிவாயோ? இயற்கையினால் அருள் பெற்று ஒளி கொடுக்கும் நான் உன்னைப் போல நவயுலகப் போலிமினுக்கில் குளித்தெழாமல் இருக்கலாம். ஆனால் நான் பண்டு தொட்டு வந்தவன் என்பதை மறந்துவிடாதே அகல் விளக்கு ஆவேசமாக பற்றி எரிந்தது.

அப்போது உஸ்ஸ்ஸ்ஸ்... என வீசிய இளந்தென்றல் மீண்டும் சாரளத்தின் வழியாக உட்புகுந்து விளக்கின் ஜோதியை அங்குமிங்குமாக அலைக்கழித்து தன் கோரக் கரங்களால் அணைக்கப் பார்த்தது.

மின்சார விளக்கு எக்காளமிட்டுச் சிரித்தது.

அகல் விளக்கு தன் நிலையை எண்ணி அமைதியாக அழுதது.

இரவைப் பகலாக்கிக் கொண்டிருந்த மின்விளக்கு திடீரென அணைந்துவிட்டது.

எங்கும் இருள் மயம்.

இந்தச் சனியன் பிடித்த லைட்டு எப்போதும் இப்படித்தான் அவசரமான காரணங்கள் செய்யும் போது கூட அணைந்து விடுகின்றது. இது அந்த வீட்டுக்கார அம்மாவின் வசை மொழி. இப்போது மின்சார விளக்கு ஓலமிட்டது. நண்பரே அகல் விளக்கே! நீர் எங்கே இருக்கிறீர்?... எனக்கு ஒன்றுமே தெரியவில்லையே!

தெய்வ சந்நிதானத்தில் சுடர்விட்டுப் பிரகாசித்துக் கொண்டிருந்த அகல் விளக்கு அமைதியாகச் சிரித்தது. அதன் சிரிப்பில் தெய்வீகத்தின் சாயல் ஒளிவிட்டது.

◉

தடம்

அவனுக்கு தூக்கம் வரவில்லை. புழுக்கமாக வேறு இருந்தது. தேகம் முழுவதும் வியர்வையால் நனைந்து கொண்டு வந்தது. இந்தக் காற்று எங்கே போனது! தேவையற்ற காலங்களில் அடித்துப் பிடித்து நொறுக்கித் தள்ளும் இந்தக் காற்று எங்கே போனது!

அவனுக்கு எரிச்சலாக இருந்தது. மனதிலும் துயரம். நினைவுகள் நிலைப்படாமல் அலைந்தது. மனதையும் மீறி உடல் சோர்வாக இருந்தது. எழுந்து வெளியே சென்று கடற்கரை வீதிவழியே கால் ஆற சிறிது தூரம் நடந்து சென்று வர வேண்டும் போல் இருந்தது. மனது எதையாவது நினைத்து சஞ்சலம் அடையும் போதெல்லாம் விறு...விறுவென்று வேகமாக அந்த வீதியிலே வெகு தூரத்துக்கு நடந்து போவான். மனம் லேசாகிவிடும். அப்புறம் குளித்து விட்டு சாப்பாட்டையும் முடித்துக் கொண்டு படுக்கையில் தொப்பென்று விழுந்து விடுவான்.

இந்த நள்ளிரவில் தனியொருவனாக காற்று வாங்க கடற்கரைக்கு செல்வது இன்றைய சூழ்நிலையில் எப்படி சாத்தியமாகும். படுக்கையைவிட்டு எழுந்து போய் விளக்கைப் போட்டான். பளிச்சென முகத்தில் அடித்தது வெளிச்சம். விழிகள் எதிர் நிற்க முடியாமல் இமைகள் ஒரு கணம் மூடித்திறத்தன. படுக்கையை மறுபடியும் திரும்பிப் பார்த்தான். திரேசாவும் குழந்தைகளும் நன்றாகவே உறங்குவது தெரிந்தது. மேசையில் வைத்திருந்த கைக்கடிகாரத்தைப் பார்த்தான். பன்னிரண்டு முப்பதைக் காட்டியது. இன்னும் தூக்கம் வருவதாக இல்லை. முகத்தையும் தேகத்தையும் துண்டு ஒன்றினால் அழுத்தித் துடைத்தான் சிகரற்

ஒன்றை எடுத்து பற்ற வைத்துக் கொண்டே சாய்வு நாற்காலியில் சரிந்தான்.

அப்பொழுது தான் அவதானித்தான். அந்த அறையின் வடக்குப் புறம் இருக்கும் ஜன்னல்கள் அடைபட்டுக் கிடந்தன. அவன் படுத்துக் கொண்டதும் திரேசா எல்லா ஜன்னல்களையும் மூடிவிட்டிருந்தாள். காற்று எப்படித்தான் வரும். முதலில் இந்த ஜன்னல்களைத் திறந்து விடவேண்டும்.

ஜன்னல்களை திறந்து விட்டான். திடுமென முகத்தில் அடித்தது மெல்லிய குளிர் காற்று. நிலவு மெல்ல மெல்ல எழுந்து கொண்டிருந்தது. அதன் ஒளித்தூரிகை அறைக்குள்ளே லேசாக முகம் காட்டியது. ஜன்னல்களில் தொங்கப் போட்டிருந்த இளம் ஊதா நிற கேட்டின் சீலை நிலவோளியில் புதிய அழகு பெற்றிருந்தது.

அந்த ஜன்னல்களுக்கு எதிரே - தெற்குப் புறமாக திரைத்து நின்றது மல்லிகைச் செடிகள். சில நாட்களுக்கு முன் அவ்விடத்தில் முதிராத பூவரசு ஒன்று நின்றது. அதை தறித்து எடுத்துவிட்டு மல்லிகைத் தடிகளை நாட்டியிருந்தான். அதற்குள்ளாகவே வெள்ளைக் கடலாக ஜிலு...ஜிலு... வென்று வளர்ந்து விட்டிருந்தன.

ஜன்னல்களைத் திறக்கும் போதெல்லாம் 'கம்' என்று மூக்கில் அடிக்கும் அவற்றின் வாசனையும், வெள்ளை வெளேரென நிலவிலும் இருட்டிலும் பூத்திருக்கும் அதன் அழகும் அவனுக்கு மிகவும் பிரியமானது. அதை விடவும் அந்த ஜன்னல்களைத் திறந்து போட்டு, நிலவும் கடல் காற்றும் பூரணமாக பிரவாகிக்கும் நேரங்களில் அதை அனுபவித்தபடி படுத்திருப்பது அவனுக்கு இன்னும் பிடித்தமானது.

ஆனால் இப்போதெல்லாம் முடிவதில்லை. இயல்பாகவே திரேசா பயந்த சுபாவம். இன்னும் அது பயத்தைத் தந்தது. துயரத்தை வேறு அதிகரித்தது. சின்ன வெடிச் சத்தம் கேட்டால் கூட நடுநடுங்கிப் போவாள். பகல் வேளைகளில்கூட ஜன்னல்கள் திறந்து போட்டுக் கிடப்பதை திரேசா அனுமதிப்பதில்லை. எப்போதாவது அவர்களுக்குள்ளே சச்சரவு எழுவதுண்டு! அநேகமாக அந்த ஜன்னல்களிலிருந்தே ஆரம்பிக்கும்.

ஜன்னல்கள் அகலத் திறந்து கிடந்தன. தூரத்தே கடல் தெரிந்தது. பரந்து கிடந்த அந்தக் கடல் பரப்பை இருள் மூடியிருந்தது. அப்பொழுதுதான் காலித்துக் கொண்டிருந்த நிலவின் ஒளி விரிந்து படர்ந்த இடத்தில் மாத்திரம் மினுமினுப்புத் தெரிந்தது. வானத்தில் நட்சத்திரம் ஒன்று நடுங்கியது. ஒரு காவாப் பறைவையின் கரண கடூரமான குரல் கேட்டது. கடலில் கால்களை அலம்பி விட்டு யாரோ ஒருவன் கரையில் ஏறிக் கொண்டிருந்தான். கிழக்குப் புறத்தில் வாடிகள் தெரிந்தன. ஒரு வாடியிய் 'லோமியா' விளக்கு மினுக்மினுக்கென்று எரிவது தெரிந்தது. காற்றில் அலைப்புறும் விளக்கின் சுடரில் சிலர் மீன்களைத் தெரிந்து கொண்டிருந்தனர். பண்ணைப் பக்கம் நிற்பவர்களின் கண்களுக்குப் படாமல் 'திருட்டு'த்தனமாக கடல் போய் வந்த படுப்பு வலைக்காரர்களாக இருக்க வேண்டும்.

நிலவு கிளம்பி இருள் விலகுவதற்கு முன் நீருடன் வலைகளைக் கிளம்பிக் கொண்டு வந்திருக்க வேண்டும். சிறகு வலைக் கூட்டங்களும் ஆங்காங்கு கரையைத் தேடி பாய்ந்து நின்றன.

கடல் செத்துக் கிடந்தது. வெகு தூரத்துக்கு கரையை விட்டு நகர்ந்து வற்றிப்போய்க் கிடந்தது. தோணிகள் கரையில் ஏறிக் கிடந்தன. சோழகம் கண்மூக்கில்லாமல் எழும்பிக் குதிக்கும் காலம். ஆனால் சோழகம் இன்னும் எழும்பவில்லை, தலைக்காற்றுத்தான் வீசிக்கொண்டிருந்தது. அதுவும் சீரில்லை, வாடையும், கொண்டலுமாய் மாறி மாறிக் குழப்பியது.

அலை எழுப்பிப் பெரிதாக ஆர்ப்பரிக்காத கடல் தான். ஆனால் கடலும் கரையும் தோணிகளும், மீன்களுமாய் பரபரத்துக் கிடக்கும் அந்தக் கடல் துறை இப்படியா வற்றிப் போய் பொலிவிழந்து கிடக்க வேண்டும்!

அவன் மனதை மீண்டும் கவலை பற்றிக் கொண்டது. 'பீதியினால் முகம் சற்று விறைத்துப் போனது புகைத்து முடித்த சிகரட் துண்டையன்னல் வழியே எறிந்துவிட்டு மற்ற சிகரட் ஒன்றை எடுத்துப் பற்ற வைத்துக் கொண்டான். எதிரே இருந்த சாய்வு நாற்காலியை யன்னல் அருகே இழுத்துப்போட்டு மறுபடியும் தலையை சரித்துக் கொண்டான்.

நேற்று முன்தினம் காலை வேளையிலே நடந்து முடிந்து போன அந்த சம்பவம் அவன் நினைவில் மீண்டும் மோதியது. அந்தக் கடல் மனிதர்களின் உரமேறிய உடல்கள் விறைத்துப் போய் கரையில் சரிந்து கிடந்தன. வெடிபட்டு வதங்கிப்போன பாரை மீன்கள் வாடிகாளில் சவித்துக் கிடப்பது போல் அந்த மனித, உடல்கள் சிதைந்து கிடந்தன.

பயஸ், நூபஸ், தாசிசியஸ், பபியன், ஜோஜ், யூலியஸ் பர்ணாந்து வெறோ லிகோறி - முகம் அறிந்தவர்களும், அறியாதவர்களுமாய் முப்பத்தொருவர் முகம் சிதைந்து, உடல் கோரமாகப் பிளந்து ரத்தத்தில் உறைந்து போய்.

இப்படியுமா மனிதவதைகள்! இது எப்படி நிகழ்ந்தது! ஏன் நிகழ்ந்தது! இவர்கள் யாருக்கு எதிராக போர் செய்தனர். கட்டிய கச்சைகள் அவிழ்படவில்லை. கடல் பெருக்கு மறையவில்லை. இழுபட்ட கரைவலைக் கயிறு - கையிலே - பிடிபட்ட மீன்கள் படகில் இத்தனை இருந்தும் இவர்களுக்கு ஏன் இப்படி நிகழ்ந்தது! அவன் அனுபவத்தில் முதல் காலதரிசனம். தெற்குப்புறத்தே இருந்த கடல் நகருக்கு நடந்து முடிந்து போன துயர சம்பவம்.

அவன் கண்கள் பனித்தன. தேகம் சற்று நடுங்கியது. காற்று நிலவு, மல்லிகை வாசனை, எல்லாமே அவனுக்கு அந்நியமாயின. அவை வெறும் பிரமைகள் மட்டும் தானா! மனித உயிர்கள் மகத்துவம் வெறும் அற்பமாகி, மனித நாகரிகத்தில் எங்கோர் விழுப்புண்கள் நிகழ்ந்த வண்ணம் இருப்பது தான் வரலாறு தெரிவிக்கும் சேதியா? இந்த தேசத்திலும் அது நடந்து கொண்டிருந்தது.

நிலவு இன்னும் மேல் எழுந்து நின்று பிரகாசித்தது. நடுங்கிக் கொண்டிருந்த நட்சத்திரம் மேகத்துள் எங்கேயோ மறைவாகிவிட்டது. நட்சத்திரங்கள் சில வானத்தில் புதிதாக மினுங்கின காற்று சற்று அடங்கியிருந்தது. அந்தக் காவாப் பறவையின் குரூரமான குரல் இன்னும் கேட்டுக் கொண்டுதான் இருந்தது. இரவும், தனிமையும் அதற்குப் பயத்தைத் தரவில்லையா?

வாடியில் எரிந்து கொண்டிருந்த ‘லோமியா’ விளக்கு வெளிச்சம் அணைந்திருந்தது. மீன்களைத் தெரிந்து எடுத்துக் கொண்டிருந்தவர்கள் எடுத்து போய் விட்டனர்.

‘திடு’மென எங்கேயோர் வெடிச்சத்தம் நிலத்தை அதிர வைத்தது. ஜன்னல்கள் கிடுகிடுத்தன. கதவுகள் உடைந்து சுவர்கள் பெயர்ந்து விடுவதுபோல் அச்சத்தை தந்தது துப்பாக்கிகள் தொடந்து சடசடத்தன. பிறகு அதுவும் ஓய்ந்தது.

குழந்தைகள் அரண்டு சிணுங்கின. திரேசா இன்னும் எழுந்து விடவில்லை. இவனுக்கு அது ஆச்சரியமாக இருந்தது. ஆனால் அவள் விழிகளில் நீர் பனித்து நிற்பது தெரிந்தது. மூக்கின் நுனிவேறு சிவந்திருந்தது. நெஞ்சு வேகமாக உயர்ந்து தாழ்ந்தது. உதடுகளிலும் லேசான நடுக்கம். அவள் அழுதிருக்க வேண்டும். எதையாவது கனவில் கண்டு அழுதிருக்க வேண்டும்.

அவள் இப்படித்தான் கடந்து போன மூன்று வருடங்களாக இப்படித்தான். நடுநிசியில் விடிபொழுதில், பகலில் உறங்கும் போதெல்லாம் திகில் கவிந்த சோகத்தில் திடுமென விழுந்தெழுந்து அழுவாள். முழுமையற்ற நிகழ்வுகள்.

நிகழ்வுகளினுடே வாழ்க்கையின் அர்த்தங்களை தேடினாள். யார் யாரோ முகம் அறியாதவர்கள் இவள் கனவில் எழுந்து வந்து துயர் செய்தனர். உயிரைப் பிடுங்கும் சலனங்கள் இவளைப் பயமுறுத்தும்.

சிலவேளைகளில் அவள் ‘ஹோ’வென வாய் விட்டு அழுது விடுவாள். இவனால் அவளைத் தேற்றக்கூட முடிவதில்லை. இவன் கைகளை அழுத்தி கழுத்தை வளைத்து, முகத்தை நெஞ்சில் தேய்த்து குலுங்கி குலுங்கி அழுவாள். இவன் அவ்வேளைகளில் மவுனியாகி விடுவதைத்தவிர வேறு எதுவும் செய்ய முடிவதில்லை. அவளுக்கு சொல்வதற்கும் இவனிடம் எதுவுமே இராது. சில நிமிடங்கள் வரை அவள் சாஸ்வதமாகும் வரை இவன் அவளுக்காக காத்திருப்பான்.

எரிந்து முடிந்த சிகரட்டை ஜன்னலுக்கு வெளியே எறிந்து விட்டு, மண்சாடியிலிருந்து குளிர்ந்த நீரை வார்த்து மடமட வென்று குடித்தான். தேகத்திலிருந்த சூடு சற்றுத் தணிவதுபோல் இருந்தது. இதயத்தின் படபடப்பும் குறைந்து வருவதை உணர்ந்தான். அவன் மவுனமாக எழுந்து போய் அவள் படுக்கை அருகே இருந்து கொண்டான். அவள் நடந்து போன கனவின் பிரமையிலிருந்து மெல்ல மெல்ல விழித்துக் கொண்டிருந்தாள்.

"திரேசா... திரேசா..." அவன் மெதுவாக அவளை அழைத்தான். குழந்தைகள் வேறு சத்தம் கேட்டு எழுந்து விட்டால், அவர்களை அடக்குவது அதை விடப் பெரும்பாடாகிவிடும்.

(அமிர்த கங்கை, 1987 ஆனி மாதம். முற்றுப்பெறாத குறுநாவல்)

◉

அதிர்வுகள்

அதிர்வுகள் 01

… … காரத் கருத்துகள் பல பொருள் முதல்வாதம்! சோசலிச யதார்த்த வாதம் என்பனவற்றுக்கு உடன்பாடானவையல்ல. ஆனால் பரந்த முற்போக்கு அணி ஒன்றினுள் உட்படக் கூடிய காரந் கட்டுரையை வெளியிடும் உமது விருப்பம் "நீர் செக்டேரியன் வாதத்தை மறுப்பவர் என்பதை காட்டுகின்றது. குறிப்பாக கலைத்துறையில் செக்டேரியனிசன் தீமையானது. எமது கொள்கையை முன்வைக்கும் அதேவேளை ஜனநாயக சோசலிசம், மனிதாபிமானம், சமூக நீதி என்பவற்றைப் போற்றும் நேர்மையான படைப்புகள் யாவற்றையும் ஆதரிப்பது அடிப்படைக் கொள்கையாக இருத்தல் வேண்டும்.

அவதூறு தனிமனித பலவீனங்களை அலசல் எழுத்தாளர்களை தனிப்பட்ட முறையாகவோ குழுவாகவோ வசைபாடுதல் இவற்றை துளியேனும் சமர் பத்திரிகையில் அனுமதிக்க வேண்டாம்.

… … மகாகவி, ஜானகிராமன், நீல.பத்மநாபன் இப்படியான எழுத்தாளர்களை எல்லாம் படித்து அவர்களின் எழுத்தின் திறமையை தனிப்பட்ட முறையில் போற்றிக் கொண்டு வெளியே "பிற்போக்கு" என்ற ஒரு சொல்லால் ஒதுக்கிவிடும் இரட்டை நிலை உண்மையில் எம்மை நாமே ஏமாற்றுவதாகும்.

நீல.பத்மநாபன் அல்லது ஜானகிராமன் பலம் பலவீனம் இது. வெற்றியின் காரணங்கள் இன்ன இன்ன அவர்களது வாழ்க்கை நோக்கின் முற்போக்கு அம்சங்கள் இவை இவை என்று காட்ட முனையும் போது தான் ஒருவன் நேர்மையான இலக்கியக்காரனாக முடியும். ஆனால் வெ. சாமிநாதன், நகுலன், தரும அருப் சிவராம் போன்றவர்களை எந்த வகையிலும் நாம் அணைத்துக் கொள்ளுதல் சாத்தியம் இல்லை.

இதே போல் செ. கணேசலிங்கனின் பிற்கால நாவல்கள், கே. டானியலின் எழுத்துகள் ஆகியவற்றை இவர் ஒரு புரட்சிவாதி ஆதலால் இவை மகத்தானவை என்று துதிபாடுவதை நிறுத்த வேண்டும். அத்தோடு இவை பற்றி மவுனம் சாதிப்பதை நிறுத்த வேண்டும். இவற்றினை சரியான விமர்சனத்திற்கு உட்படுத்தி எமது நிலையை தெளிவாக்க வேண்டும்.

சமீபத்தில் எனது நண்பர் ஒருவர் மேற்கண்டவாறு எனக்கு எழுதியிருந்தார்.

அவர் குறிப்பிட்ட சில விசயங்கள் நீண்ட கட்டுரை எழுதுவதற்கு தேவையான சில அடிப்படைக் கேள்விகளை எழுப்பியுள்ளன. இவ்விடம் அதற்குப் பொருத்தமற்றதினால் சில குறிப்புகளை மாத்திரம் சொல்லி வைக்கலாம்.

1. கலாநிதிகள் “ஆதிக்கம் பற்றியும் கடந்த காலங்களில் அவர்கள் தந்த படைப்பிலக்கியங்கள் பற்றிய மதிப்பீடுகள் பற்றியும் வெகுவாக சர்ச்சிக்கப்பட்டு வருவது நாம் அறிந்ததே. நண்பரின் கடிதத்திலும் அது உள்ளீடாக தொனிப்பது எமக்கு புரிகிறது.

2. மிக நெருக்குதலான வாழ்க்கை அமைப்பில் தனிமனிதனுக்கும் சமூக நிலைகளுக்கும் இடையே நிலவுகின்ற முரண்பாடுகள் முற்றி வருகின்றன. பல்வேறு வகையான தத்துவ அரசியல் போக்குகள் மேலும் மேலும் சிக்கலாகிச் செல்கின்றன. இந்நிலையில் கலை இலக்கியங்கள் வெளிப்படுத்துகின்ற செய்திகள் தெளிவானதாகவும் தீர்வு சொல்வதாகவும் இருப்பது பொருத்தமே.

மனித வாழ்க்கையை முன்னெடுத்துச் செல்லும் பணி இலக்கியத்திற்கு உண்டு என்பதை நாம் ஏற்றுக்கொள்வோமானால் வெறும் வாழ்க்கை சித்தரிப்பும் அது வெளிக்கொணரும் மனித நேயம், சமூகநீதி போதுமான வலுவுள்ளதாக இருக்க முடியாது என்பதே எனது கருத்து. அதே வேளை இவற்றை புறக்கணிப்பதும் சாத்தியமில்லை. வாழ்க்கையின் சகல அம்சங்களையும் புரிந்து கொள்ள இவை எமக்கு உதவக்கூடும். பிற்போக்கு என்பதற்கு இவை பொருத்தமான பொருள் தரவில்லை.

3. கலை இலக்கியங்களை தனி மனித விவகாரங்களாக கொணர்ந்து மதிப்பீடு செய்வது தனி மனித பலவீனங்களை அம்பலப்படுத்துவதாக கூறிக் கொண்டு "மலிவான" விளம்பரம் தேடிக் கொள்வது சுயமான சுதந்திரமான சிந்தனைகள் இல்லாமல் குழு சார்ந்து ஒத்து ஓடுதல் இவைகள் நிச்சயமாக நிராகரிக்கப்பட வேண்டியனவே.

4. மகாகவி, நீல.பத்மநாபன், ஜானகிராமன் குறிப்பிட்டு சொல்லக் கூடிய பல நல்ல சிருஷ்டிகளை படைத்து தந்தவர்கள். மஹாகவியின் *'ஒரு சாதாரண மனிதனின் சரித்திரம்'*, நீல. பத்மநாபனின் *'பள்ளிகொண்டபுரம்'*, ஜானகிராமனின் *'மோக முள்'*, *'அம்மா வந்தாள்'* போன்றன வியந்து பாராட்டதக்கன. இதை ஒப்புக்கொள்வதில் எமக்கு எப்போதுமே எதுவித கஷ்டமும் இருந்ததில்லை. வெ. சாமிநாதன், நகுலன், தருமு சிவராம் போன்றோர் எவ்விதத்திலும் எமக்கு உடன்பாடுள்ளவர்கள் அல்ல.

அதேவேளை அகிலனுக்கு பரிசு கிடைப்பதிலும், ஜெயகாந்தனை "நம்ம ஆள்" என்று சொல்வதிலும் பெருமைப்பட எதுவும் இல்லை.

செ. கணேசலிங்கனின் *'செவ்வானம்'*, *'நீண்ட பயணம்'* நாவல்களில் இருந்த இயல்பான யதார்த்த அழுத்தமும், தத்துவம் உள்ளார்ந்த வாழ்க்கையின் உண்மைகளை தரிசிக்க உதவிய பாங்கும், கே. டானியலின் சில சிறுகதைகள் *'பஞ்சமர்'* நாவல் வரலாற்று சூழ்நிலைக்கு இசைவாக சமூக மட்டத்தில் ஏற்படுத்திய பாதிப்பும் சிலாகிக்க தகுந்தனவே.

இவர்கள் புரட்சிவாதிகள் என்பதற்காக புகழப்பட்டார்கள் என்பது முற்றிலும் பொருத்தமற்றது.

அவைக்காற்றுக் கலை கழகமும், நாடக அரங்குக் கல்லூரியும் யாழ்ப்பாணத்தில் ஸ்தாபிதமாகியதிலிருந்து புதிய தடத்தில் செல்லும் நவீன நாடகங்கள் பலவற்றையும் பார்க்கும் சந்தர்ப்பம் கிடைத்து வருகின்றன. ரென்னஸி வில்லியம்ஸின் *'கண்ணாடி வார்ப்புகள்'* (கா. பாலேந்திரா) மகாகவியின் *'கோடை'* (வி.எம்.குகராஜா) அம்பலத்தாடிகளின் *'கந்தன் கருணை'* (அ. தாசிசியஸ்) எம்.ஏ. நுஹ்மானின் *'அதிமானிடம்'* (சி. மௌனகுரு) இவற்றில் குறிப்பிடத்தகுந்தன.

இதேவேளை மொழிபெயர்ப்பு நாடகங்களை அடிக்கடி மேடையேற்றுதல், சிக்கலான உத்தி முறைகளைக் கையாளுதல், பொருள் தெளிவற்ற இந்திரா பார்த்தசாரதியின் *'பசி'* போன்றவற்றை வியந்துரைத்தல் போன்றன பற்றிய சர்ச்சைகள் பல்வேறு மட்டத்திலும் நடைபெற்று வருகின்றன.

தமிழில் நல்ல நாடகங்கள் இல்லை என்பது இன்னொரு குரல்; அதற்கு எதிர்க்குரல் இவை பற்றி முறையான ஆய்வு செய்வது நாடக உலகை மேலும் செழுமைப்படுத்தும் நாவல்கள் திரைப்படமாவது முன்னொரு போதும் இல்லாதது போல் இப்போது அதிகரித்து வருகின்றன. நான் குறிப்பிடுவது சுஜாதா, மணியன், மகரிஷி போன்றோரின் இரண்டாந்தர நாவல்களை அல்லது ராமமூர்த்தியின் *'குடிசை'* வண்ணநிலவனின் *'கடல்புரத்தில்'*, *'மயான காண்டம்'* தமிழில் திரைப்படமாகி வருவதாக அறிகிறோம். ஜெயகாந்தனின் *'சில நேரங்களில் சில மனிதர்கள்'*, *'ஒரு நடிகை நாடகம் பார்க்கிறாள்'* போன்ற குறிப்பிடத்தகுந்த கதையம்சம் இல்லாவிட்டாலும் வழமையான தமிழ்ப் படங்களின் "வாய்ப்பாடுகளை" புறக்கணித்து வெளிவருகின்றன. இந்த வகையில் கன்னட படங்களான *'சம்ஸ்காரா'*, *'காடு'*, *'சோமன துடி'* போன்றனவும் *'நிர்மாலயம்'*, *'செம்மீன்'*, *'பதேர் பாஞ்சாலி'*, *'பிரதவந்து'*, *'கம்றேலியா'* போன்றனவும் இலக்கியங்களிலே முகிழ்ந்தவை. இப்போது 1940 இல் கேரள வடகோடி கையூரில் நடைபெற்ற விவசாயிகள் போராட்டத்தை வைத்து எழுதப்பட்ட நிரஞ்சனாவின் *'நினைவுகள் அழிவதில்லை'* நாவலும் கன்னடத்தில் திரைப்படமாவது மிகுந்த

மகிழ்ச்சியை தருகின்றது. சமீப காலத்தில் நான் படித்த சிறந்த மொழிபெயர்ப்பு நாவல் அது.

நட்சத்திர மதிப்பு, பணம் பண்ணுதல், இளையோரின் பாலியல் பலவீனங்கள் இவற்றை எல்லாம் புறக்கணித்து கன்னடம், மலையாளம், வங்காளம், சிங்கள திரைப்படங்கள் வளர்ந்து வருகின்றன. இந்த நிலையில் தமிழ் சினிமாவில் புதிய நம்பிக்கைகள் முளைவிடுமா? எனது அங்கலாய்ப்பு நியாயமானதே.

⊙

அதிர்வுகள் 02

சி. மௌனகுருவின் '*சங்காரம்*' தாசிசியசின் '*பொறுத்தது போதும்*' அம்பலத்தாடிகளின் '*கந்தன் கருணை*' என். சுந்தரலிங்கத்தின் '*விழிப்பு*' போன்ற நாடகங்களைப் பற்றிய மதிப்பீடுகள் தொடர்ந்து நடைபெற்று வருகின்றன. மக்களின் ரசனைக்கும், வர்க்க உணர்வு நிலைகளுக்கும், தரமான கலைக்கும் இடையே காணப்படும் ஒத்திசைவற்ற தன்மை இன்றளவும் பரிசீலனை நிலையிலேயே உள்ளது. குறிப்பாக புரட்சிகரமான சமூக மாறுதல்களை விரும்பும் கலைஞர்களுக்கு இது ஒரு தத்துவார்த்த பிரச்சினை. கனவு நிலைப்பட்ட கும்பல் கலாச்சார சூழலிலிருந்து மீட்புக்கொள்ளல், வாழ்வின் உண்மைத் தோற்றங்களை கண்டு கொள்ளுதல் கலைஞன் பணியாக வேண்டும். இதற்கு தத்துவம் செயல்வடிவம் எனும் இரு தள இணைப்பு அவசியமாகிறது. கற்றல், நடைமுறைப் பிரயோகம், அனுபவம் பெறல், மீண்டும் கற்றல்... எனும் முப்பரிமாண நிலையின் பெறுபேறுகளே சாத்தியமான தீர்வுகளாகும். இது கலை இலக்கியங்களுக்கு மாத்திரம் பொருந்துவனவல்ல.

பிற சமூகவியல் சார்ந்த துறைகளுக்கும் கூட உடன்பாடானதே. நிலவுகின்ற சமூக நிலைமைகளை விமர்சனம் செய்யும் கருத்துகள் எத்தகைய கலை வடிவத்தில் தரப்படும் பொழுது - தன் தரத்தை இழக்காத கலை மக்களிடம் பாதிப்பை ஏற்படுத்தும் என்பதற்கு சில 'கவனிப்பு'க் கொள்ளக்கூடிய வகை மாதிரிகளே மேற்குறிப்பிட்ட நாடகங்கள். வெகு ஜனங்களுக்கு நெருக்கமான நாட்டுக்கூத்து மரபோடு கூடிய நவீன உத்திமுறைகளும் கையாளப்பட்ட '*சங்காரம்*' நாடகத்தை மீண்டும் சமீபத்தில் பார்க்க நேர்ந்த போது இந்த எண்ணம் மேலும் வலுப்பட்டது. புத்திஜீவிகளும், மாணவர்களும், சாதாரண பொது மக்களுமாக நிறைந்திருந்த மண்டபம், சகல தரப்பினரும் 'மனக்கிளர்ச்சியுடன்

ஒன்றித்து ரசித்ததை அவதானிக்க முடிந்தது. *'சங்காரம்'* நாடகம் சமூக மாறுதல்கள் பற்றிய மிக எளிமைப்படுத்தப்பட்ட கருத்துருவமாகும்' என சிலர் குறிப்பிடுவது வேடிக்கையானதே. 'எளிமை'ப்படுத்தல் கூட இவர்களுக்கு குற்றமாகும் போலும்!

'முள்ளும் மலரும்' (மகேந்திரன்) *'புதிய வார்ப்புகள்'* (பாரதிராஜா) *'அழியாத கோலங்கள்'* (பாலுமகேந்திரா) ஆகிய புதிய தமிழ்த் திரைப்படங்கள் சமீபத்தில் தான் இங்கு திரையிடப்பட்டுள்ளன. தென் இந்திய தமிழ் சினிமாவில் நிகழ்ந்து வரும் மாறுதல்களை அவதானிக்க முடிந்தது.

பிரபலமற்ற நடிகர்கள் மட்டுப்படுத்தப்பட்ட உரையாடல்கள் மிகைப்படாத நடிப்பு நேர்த்தியான ஒளிப்பதிவு - கதை நிகழும் சூழல், உரிய யதார்த்தத்தில் பெறப்படல் (ஸ்ரூடியோக்களில் போடப்படும் 'செட்' குடிசைகள் அல்ல) பெரும்பாலும் கிராமப்புறம். இவைகள் நிச்சயமாக மாறுதல்களுக்கான சில அடித்தளங்களே. குறிப்பாக 'சினிமா' ஒரு கேமெரா மீடியம்' என்னும் நிலைக்கு உயர்த்தப்பட்டுள்ளது. தமிழ் சினிமா கதைச் சூழலுக்கு முற்றிலும் மாறுபட்ட *'அழியாத கோலங்கள்'* இன்னும் அவதானிக்கத்தக்கது. கிராமப்புற விடலைப் பருவத்து இளைஞர்களின் 'கோணல்களே' கோலங்களாகியிருக்கின்றன. அதேவேளை நிலப்பிரபுத்துவத்தின் எச்ச சொச்சங்கள். மனித முரண்பாடுகள், உணர்வு நிலைகள் கிராமிய சமூக எதார்த்தங்களுக்கு ஏற்ப நிலை கொள்ளாமல் பின் ஒதுக்கப்பட்டுள்ளன. பிரக்ஞை பூர்வமான சமூக நல ஈடுபாடுள்ள கலைஞனுக்கே அத்தகைய அழுத்தலான பார்வை சாத்தியம். சியாம் பெனகல், மிர்னாள் சென் போன்றோரின் வெற்றியின் ரகசியமும் அதுவே.

இன்னுமொரு கருத்து மனங்கொள்ள வேண்டியது. மக்களைப் பாதிக்கின்ற பிரபலம் பெறுகின்ற எது கலையிலும், அதன் பலவீனங்களை இனம்கண்டு அம்பலப்படுத்துவதுடன் சரியான கண்ணோட்டத்தை முன் வைப்பதும் முற்போக்கானதே. தமிழ்த் திரைப்படங்களை விமர்சனத்துக்கு உட்படுத்தாமல் மனோபவத்துடன் மவுனம் சாதிப்பதும் ஒருவித மேதமைத்தனம்.

⊙

அதிர்வுகள் 03

'மார்க்சின் கல்லறையிலிருந்து ஒரு குரல்' கட்டுரையின் மூலம் இலங்கையில் பரவலாக தெரிய வந்தவர் வெங்கட் சாமிநாதன். எழுத்தாளர்களின் எழுத்தைவிட எழுத்துக்குப் புறம்பான நடவடிக்கைகளை ஆராய்வதில் அக்கறை உள்ள விமர்சகர். மார்க்சிஸ்ட்டுகளின் இலக்கியங்களை (அரசியலையும் கூடத்தான்) நிர்த்தாட்சணியமாக தாக்குவதன் மூலம் மலிவாக விளம்பரம் தேடிக்கொள்பவர். வெங்கட் சாமிநாதன் பாணி" என்னும் மூன்றாம் தர விமர்சன அணுகுமுறையை உருவாக்கித் தந்த இவரது கருத்துக்களில் சுய முரண்பாடுகளும், புரட்டல் வாதமும் அதிகம். கலை, இலக்கியம், சிற்பம், சினிமா எல்லாவற்றிலுமே தனது வித்துவத்தைத் தெரிவிக்க முனையும் சாமிநாதன் அரசியல், சமூகநோக்கு பற்றிய தனது நிலைப்பாட்டை வெளிப்படுத்துவதில் இன்னும் தான் மவுனம் சாதிக்கிறார். இலங்கையிலும் வெங்கட் சாமிநாதனின் கருத்துகளினால் பாதிப்புக்குள்ளானவர் ஒரு சிலர் இருக்கத்தான் செய்கின்றனர்.

ஏற்கனவே முற்போக்கு இலக்கியவாதிகளினால் பெரிதும் பாராட்டப்பட்ட கு. சின்னப்ப பாரதியின் 'தாகம்' என்னும் (சோஷலிச எதார்த்தவாத) நாவலை இப்போது வெங்கட் சாமிநாதனும் எப்படியோ அதை உயர்ந்த படைப்பு என்று கண்டுபிடித்து தெரிவித்துவிட்டார். இங்குள்ள அந்த "ஒரு சிலரும்" இப்பொழுதுதான் அந்நாவலைப் படிப்பதற்கு ஆர்வம் கொண்டுள்ளனர். இதை நினைக்கையில் வேடிக்கையாகத்தான் இருக்கின்றது.

'தாகம்' இப்போது 'புதிய அடிமைகள்' என்னும் பெயரில் 'முள்ளும் மலரும்' மகேந்திரனால் திரைப்படமாக எடுக்கப்பட்டு வருகிறது. நம்மூர் நல்ல நடிகரான சிலோன் சின்னையாவும் முக்கிய வேடத்தை ஏற்று நடிப்பதாக தெரிய வருகிறது.

நல்ல நாவல் தான்! ஆனால் நன்றாக எடுக்கத் தெரிந்திருக்க வேண்டுமே!

"யாழ் திரைப்பட வட்டம்" என்னும் அமைப்பு யாழ்ப்பாணத்தில் ஸ்தாபிதமான தென் இந்திய குப்பைப் படங்களின் ஆரவாரங்களைப் பார்த்து எரிச்சலுற்று சலிப்படைந்திருக்கும் சீரியசான சினிமா ரசிகர்களுக்கு சர்வதேச ரீதியாக பெரிதும் கவனிப்புப் பெற்ற பல திரைப்படங்களைப் பார்க்கும் சந்தர்ப்பம் ஏற்பட்டுள்ளது. *Fearless* (பிரான்ஸ்) *The Coward* (செக்கோசிலவாக்கியா) *Rak* (பிரான்ஸ்) இந்திய கலைகள் பற்றிய ஆறு விவரணப்படங்கள். *Battleship Potenkin* (சோவியத்) *Two Men in The city* (பிரான்ஸ்) *Wolf's Trap* (செக்கோசிலவாக்கியா) ஆகிய திரைப்படங்களை இதுவரை தனது அங்கத்தவர்களுக்காக இத்திரைவட்டம் காண்பித்திருக்கிறது. இந்நல் முயற்சிக்காக இவ்வட்டத்தின் தலைவரான ஏ.ஜே. கனகரட்டினாவை எவ்வளவு பாரட்டினாலும் தகும்.

மஹாகவியின் *'புதியதொரு வீடு'*, சுந்தரலிங்கத்தின் *'விழிப்பு'*, பௌசுல் அமீரின் *'ஏணிப்படிகள்'* மாவை நித்தியானந்தனின் *'அய்யா லெக்சன் கேட்கிறார்'*, கலாநிதி கா. இந்திரபாலா மொழிபெயர்த்த ஜே.எம். ஸிங்கின் *'கடலின் அக்கரை போவோர்'* குழந்தையின் *'கூடிவிளையாடு பாப்பா'* ஆகிய ஆறு சிறந்த மேடை நாடகங்களை தொகுத்து யாழ்ப்பாணம் பல்கலைக்கழகத் தமிழ் இலக்கிய மன்றம் வெகுவிரைவில் நூல் உருவில் வெளியிட உள்ளது. இவ்வேளையில் இளம் நாடக நெறியாளரும், நல்ல நடிகருமான க. பாலேந்திராவின் "மேடைப் பிரச்சினைகள்" என்னும் கட்டுரையை கொழும்பு நடிகர் ஒன்றியம் புத்தகமாக வெளியிட இருப்பதாக அறிகிறோம்.

கலாநிதி கைலாசபதியின் *'சமூகவியலும் இலக்கியமும்'* என்னும் பயனுள்ள நூலை என்.சி.பி.எச். நிறுவனம் வெளியிட்டுள்ளது. இந்நூல் இங்கு பரவலாக கிடைக்குமாயின் நம்மவரின் ஆக்கங்களின் அழகியல் சமூகப் பெறுமானம் பற்றி நம்மிடையே உள்ள தழம்பல் நிலை நீங்குவதற்கு பெரிதும் உதவலாம்.

⊙

அதிர்வுகள் 04

சிகரம் டிசம்பர் இதழில் அ. யேசுராசாவின் கடிதம் வெளிவந்திருந்தது. இதில் இரு குறிப்புகளுக்கு பதிலளிப்பது அவசியம் என நான் கருதுகிறேன். '*மல்லிகை*', '*சமர்*' இரண்டிலுமே கைலாசபதியின் கருத்துகளை விமர்சிக்கும் வாய்ப்புகளில்லை. ஒருவித தனிநபர் வழிபாடு என்ற கருத்து. மற்றது படைப்பு. விமர்சனம் ஆகியவற்றில் ஆரோக்கியமானதோர் இலக்கியச் சூழல் இங்கு நிலவுவதாக அறியப்பட்டுள்ளது பலவும் மாயையே' என்ற மற்றொரு கருத்து.

மல்லிகை ஏற்கெனவே 'கலாநிதிகள் ஆதிக்கம்' என்னும் கருத்தில் கைலாசபதி உட்பட பல விமர்சகர்களுக்கு எதிரான' காட்டடித் தாக்குதலை அனுமதித்திருந்தது. இவ்வகையிலேயே அமைந்த மு. பொன்னம்பலம், மு. தளையசிங்கம் போன்றோரின் கருத்தகளும் அவ்வப்போது வெளிவந்திருக்கின்றன. *சமர்* இரண்டில் கைலாசபதியின் 'முற்போக்கு இலக்கியமும் அழகியல் பிரச்சினைகளும்' என்னும் கட்டுரையும் திருமதி மௌனகுரு சித்திரலேகாவின் 'ஈழத்து இலக்கியமும் இடதுசாரி அரசியலும் - சில குறிப்புகள்' என்னும் கட்டுரையும் வெளிவந்திருந்தன. இரு கட்டுரைகளுமே ஒன்றுக்கு ஒன்று பதில் அளிப்பது போல் அல்லது ஒன்று பார்க்க மறந்ததை மற்றது அழுத்துவது போல் அமைந்திருந்தன என்பது பலரது கருத்தாகும்.

இரு கட்டுரைகளுமே தோழமையுணர்வுடன் முற்போக்குத் தளத்திலிருந்து பிரச்சினைகளை அணுகியிருந்ததாகவே நானும் கருதுகிறேன். யேசுராசா போன்றோரின் கருத்துகள் *மல்லிகை*, *சமர்* போன்ற சஞ்சிகைகளினால் சில வேளைகளில் நிராகரிக்க நேரிடுமாகில் நிச்சயமாக அது கைலாசபதியின் கருத்துகளுக்கு எதிரானது என்பதற்காகவல்ல என்ற உண்மை இவர்களின்

நடைமுறைகள் முழு அளவில் 'புரிந்து வைத்திருப்பவர்களுக்குத் தெரியும்'.

ஈழத்து இலக்கியம் முற்றும் முழுதாக ஆரோக்கியமான சூழ்நிலையிலிருந்து பிய்த்து எறியப்பட்டுவிட்டது என நினைப்பதும் கூட இவர்கள் கொண்டுள்ள மாயையே. சமூக இயக்கப் போக்குகளையும், அதனால் இலக்கியங்கள் பெறும் பாதிப்புகளையும் சரிவர புரிந்து கொள்ள முடியாத 'வக்கரிப்புத் தனம்' இது. இதைவிட ஆரோக்கியம் என்ற பதத்திற்கு இவர்கள் கொள்ளும் அளவுகோலே வேறு போல் தெரிகிறது. அது இவர்களது ஞானகுரு வெங்கட் சாமிநாதன் கற்றுக்கொடுத்தது. இவை யாவற்றையும் கூட கணக்கில் கொண்டு இறுதியில் தேறுவது தனிப்பட்ட 'காய்ச்சல்' தவிர வேறு என்ன இவர்களிடம் இருக்கிறது.

சமூக நேர்மையுடன், தனிமனித உறவுகளை அதன் ஆழத்தில் பார்த்து, நவீன காலப் பரிமாணத்துடன் எழுதுபவர்கள் வண்ணநிலவன், பா. செயப்பிரகாசம், பூமணி ஆகியோர். இவர்களது படைப்புகள் தரும் அனுபவமே அலாதியானது. குறிப்பாக சிறுகதைகளைக் கொள்ளலாம். இந்த வகையில் நாஞ்சில் நாடன், அஸ்வகோஸ் ஆகியோரை நினைவுபடுத்திப் பார்க்கலாம். இங்கு பெரிதும் பிரபலப்பட்டுள்ள சு. சமுத்திரம், ஜெயந்தன் போன்றோர் இன்னும் தமது ஆளுமையை நிரூபிக்கும்படியான சிருஷ்டிகளைத் தந்துவிடவில்லை என்பதே எனது கருத்தாகும். பெரும்பாலான இவர்கள் முற்போக்கு இயக்கங்களைச் சார்ந்தவர்கள் என்பதை அறிகையில் மகிழ்ச்சியே.

தெளிவத்தை யோசப்பின் 'நாமிருக்கும் நாடே' சிறுகதைத் தொகுதி வெளிவந்திருக்கிறது. *'காலங்கள் சாவதில்லை'* என்னும் சினிமாத்தனமான நாவலைத் தந்த இவரா என இதிலுள்ள சில சிறுகதைகளைப் படித்த பலரும் ஆச்சரியம் தெரிவிப்பதில் நியாயம் உண்டு. அடுத்து மலரன்பன், மாத்தளை வடிவேலன், மாத்தளை சோமு ஆகியோரின் 'தோட்டக் காட்டினிலே', என்.எஸ்.எம். ராமையாவின் 'ஒரு கூடைக் கொழுந்து' ஆகிய சிறுகதைத் தொகுதிகளும் வெளிவர இருக்கின்றன.

சமர் மூன்றாவது இதழின் முகப்பில் வெளிவந்த, தாயும் - சேய்களும் வெறும் பானையுடனான அந்த ஓவியத்தைப் பார்த்த

பலர் பாராட்டுத் தெரிவித்திருந்தனர். அதை சமருக்காக வரைந்து உதவியவர் மட்டுவிலைச் சேர்ந்த 23 வயதான இளம் கலைஞர் கோ. கைலாசநாதன் ஆவார். இந்த இதழின் முகப்பு ஓவியமும் இவரது கைவண்ணமே. ஆற்றல்மிக்க இவரை அறிமுகஞ் செய்து வைத்தமையயிட்டு சமர் பெருமிதம் கொள்கிறது.

⊙

அதிர்வுகள் 05

நின்று போனதாகக் கூறப்பட்ட 'அலை' மீண்டும் முகம் காட்டத் தொடங்கியிருக்கிறது. 'சமர்', 'மல்லிகை' சஞ்சிகைகளின் ஆசிரியர்களையும் 'அலை'யின் கருத்துகளுக்கு உடன்பாடற்ற சில முதிய எழுத்தாளர்களையும் சில முற்போக்கு விமர்சகர்களையும் எதிர்ப்பதில் தீவிர முகம் காட்டத் தலைப்பட்டிருப்பதிலிருந்து இவர்களது உண்மை நோக்கம் வெளிப்படுத்தப்பட்டுள்ளது. தனிப்பட்ட தாக்குதல்களை ஒரு எல்லைக்கப்பால் அனுமதிப்பது சஞ்சிகை வெளியீட்டு முயற்சிகளை திசை திருப்புவதில் முடிந்துவிடும். இதையே 'அலை' ஆரோக்கியமான கருத்துப் போரெனக் கருதி விரும்புவதாகத் தெரிகிறது. இலக்கிய நாகரிகம் கருதி நாம் மவுனமாக இருப்பதுங்கூட எமது பலவீனமென அலை கருதிக்கொண்டது. அவர்கள் பாஷையிலேயே நானும் அலைக்கு பதில் தரவேண்டியிருப்பதும் கூட காலத்தின் தேவை போலும்.

தனது கட்டுரையை எமக்கு அனுப்பி வைத்த கையோடு இவர்களெல்லாம் அயோக்கியர்கள், கைலாசபதியின் 'பந்தங்கள்' என்பது போன்ற கருத்துப்பட இந்திய சஞ்சிகையில் (சிகரம், நவம்பர் 79) கடிதம் எழுதும் யேசுராசாவின் வக்கரிப்புத்தனத்தை எந்த சஞ்சிகை ஆசிரியனால் தான் சகித்துக் கொள்ள முடியும். தனது கட்டுரை 'சமர்' இல் பிரசுரமாகாது என்ற அய்யம் ஏற்கனவே இருந்திருப்பின் எமக்கு அதை வரைந்து அனுப்பியிருக்க வேண்டியதில்லை. ('சுடர்', 'சுதந்திரன்' போன்றவற்றில் 'கந்தன்', 'கணபதி' என்றோ புனைபெயரில் எழுதித் தொலைப்பது தானே அது தானே இவர் வழக்கம்) அனுப்பியாகிவிட்டால் அடுத்த இதழ் (சமர் 4, ஜனவரி 80) வெளிவரும் வரை காத்திருக்க வேண்டியது தானே. எதிர்பார்க்கப்பட்ட இதழ் வெளிவந்தபின் கட்டுரையின் பிரசுரநிலை தெரிந்து ஒரு தீர்மானத்துக்கு

வரலாம். அதற்குள்ளே தனது கபடத் தன்மையை சிகரத்தில் வெளிபடுத்திக் கொண்டதினால் நாமும் இவரை சுலபமாக இனங்கண்டு கொண்டோம். ஏழு நாட்களுக்குள் பதில் தரப்பட வேண்டும், கைலாசபதிக்கு கட்டுரை காண்பிக்கப் படக்கூடாது போன்ற கடிதத்தில் எழுதப்பட்ட வாசகங்கள் கூட எழுத்தாளர் சஞ்சிகையாளருடன் இவர் கொண்டுள்ள கோளாறான அணுகுமுறையை வெளிப்படுத்துகிறதென்று ஆரோக்கியமான கருத்துகளுக்கு ‘சமர்’ களம் அமைத்துத்தரும். ஆரோக்கியமற்றவர்களின் கருத்துகளுக்கு அல்ல.

இது விசயத்தில் தனது இஷ்ட பந்துவையும் விஞ்சியவர் புஸ்பராஜா. இவரது கட்டுரையில் எடுத்துக் கொண்ட விடயத்திற்குப் புறம்பான தனிப்பட்ட தாக்குதல்கள் நிகழ்வுகள் கூற்றுகள் இடம்பெற்றிருந்தன. (அலை 13) ‘சமர்’இன் குறைந்த பக்கங்கள், கட்டுரையின் தரம் ஆகியனவற்றைக் கருத்திற் கொண்டே இவற்றைத் தவிர்த்துக் கொள்ளல் நன்றென நட்புரிமையுடன் கேட்டுக் கொண்டேன். இருவரதும் பரஸ்பர கருத்துப் பரிமாற்றத்தின் பின் புரிந்துணர்வின் அடிப்படையிலே சுமுகமான சூழ்நிலையில் தனது கட்டுரையை திருப்பிப் பெற்றுக் கொண்டார். இப்போது என்னவெனில் மூன்று வெவ்வேறு பேனைக் கோடுகள், கட்டாயம் நீக்கப்படவேண்டுமென்ற யாரோ மூவரின் ஆலோசனை அனுமதிக்காக என்றெல்லாம் ஏதேதோ ‘ஜன்னியில் பிதற்றுகிறார். எமது தன்னம்பிக்கை பற்றி அய்யம் தெரிவித்திருக்கும் ‘அலை’ முதுகெலும்பில்லாமல் ‘பயணி’ என்ற பெயருக்குள் ஒளிந்து கொண்டிருந்து - தாக்குவதும் கூட ஆரோக்கியமான சூழல் தான் போலும். விமர்சகர்களைக் குஷிப்படுத்துவதும் வழிபடுவதும் அவர்களது ‘கோட்டா’ (சாகித்திய மண்டலப் பரிசு) முறை பற்றியும் அலையின் ஆசிரியர்களின் அனுபவம் அலாதியானதே! யேசுராசாவுக்கு அந்தக் கோட்டா’ கிடைத்தபோது உறுப்பினராக இருந்து முன்னுரையும் தந்த ஒரு விமர்சக(கவிஞரும் கூட)ரை இன்றுவரை நன்றிக் கடன் மறவாது அவரது ஆக்கங்களுக்கு முக்கியத்துவம் ‘அலை’யில் தருவதும் ‘முற்போக்கு இலக்கிய இயக்கத்திற்கு தலைமை தரும் தகுதி வாய்ந்தவர்களில் ஒருவர்’ என பரிந்துரைப்பதிலும் இருந்தே புரிந்து கொண்டுள்ளோமே!

தாமே 'சத்தியத்தின் காவலர்' 'அழகியலின் பிரம்மாக்கள்' தமது கருத்துகளிலே 'சூரியன் கிழம்புறது' (உதய சூரியனா?) என வாய் சலிக்க சுய தம்பட்டம் அடிக்கும் இக்கூட்டத்திற்கு நேர்ந்ததுதான் என்ன!

அறுபதுக்குப்பின் 'முற்போக்கு' இயக்கங்களுக்கும் கருத்துகளுக்கும் எதிராக கொடி உயர்த்திய கூட்டம் ஒன்று இன்னும் உண்டு. சில 'இடது'களின் நட்பும் மார்க்சிய எதிர்ப்பு விலை போகாது என்ற சூழலும் இவர்களின் குரலை சற்று மாற்றி இன்று 'போலி முற்போக்குகள்' 'வரட்டுவாதிகள்' என்போரையே எதிர்க்கிறோம் எனக் கூற வைத்துள்ளது.

சில முற்போக்கு விமர்சகர்களது அங்கிகாரம் இவர்களுக்குக் கிடைக்கவில்லை. அதனால் எழுந்த காழ்ப்புணர்ச்சி - மனத்தாங்கல் அதன் விளைவான பழிவாங்கல் இவர்கள் உள்ளிருந்து செயற்படுவதாகக் கருதப்படுகிறது. இத்தகைய நோயுற்ற மனப்பாங்கு சமீப காலமாக தீவிரம் அடைந்து வருவதை நாமும் தான் அவதானித்து வருகிறோம்.

இலங்கை அவைக்காற்று கலைக் கழகத்தினர் ந. முத்துசாமியின் 'சுவரொட்டிகள்' நாடகத்தை சமீபத்தில் மேடையேற்றியிருந்தனர். நாடக அரங்கியல் பற்றிய அனுபவமும், ஞானமும் உள்ள க. பாலேந்திராவே இதையும் நெறிப்படுத்தியிருந்தார். இவரது நெறியாள்கையில் ஏற்கனவே மேடையேறியிருந்த மொழிபெயர்ப்பு நாடகங்களான 'கண்ணாடி வார்ப்புகள்', 'ஒரு பாலை வீடு', 'யுகதர்மம்' போன்றன தந்த அனுபவ பரிவர்த்தனையும் புரிந்துணர்வையும் கூட சுய மொழி நாடகமான 'சுவரொட்டிகள்' தரவில்லையென நவீன கலை இலக்கியங்களில் பிரக்ஞை பூர்வமான ஈடுபாடுள்ள ரசிகர்கள் கூட குறை தெரிவித்தனர். உன்னதங்களை நிகழ்த்துதல், சிறந்த ரசனையை வளர்த்தெடுத்தல் என்பன பாமரத் தனமான கலைகளுக்கு எதிரான முனைப்பான போர் உணர்வு என்பது புரிந்து கொள்ளப்பட்டதே. அதேவேளை குறிப்பிட்ட வகுப்பினரான பார்வையாளரையே கருத்தில் கொள்ளுதல். இதன் பாதிப்பின் பயன்பாட்டின் விரிதலை ஒரு எல்லைக்குள் முடக்கிக் கொள்வதாகும்.

வட்டக்களரி முறை, 'பரவலாகக் கொண்டு செல்லுதல்' போன்ற முனைப்பான செயற்பாடுகள் நாடக உலகில் தீவிரம் அடைந்து

வரும் வேளையில் சகல மாறுதல்களுக்கும் அடித்தளமான 'வெகு ஜனங்களை'யும் கருத்தில் கொண்டு நாடகங்களைத் 'தேர்வு' செய்தல் பொருத்தமானதே.

பெங்களூரிலிருந்து வெளிவந்து கொண்டிருக்கிறது சமூகவியல் சார்ந்த துறைகளுக்கான காலாண்டு இதழ் *'படிகள்'*, கலை, இலக்கியம், அரசியல் மற்றும் சமூகத் துறைகளில் கட்சி அரசியலுக்கு அப்பால் நின்று தமது (மார்க்சிய) தளத்தை விரித்த போதும், சில தீவிர சிந்தனைகளைத் தூண்டும், பரிசீலிக்கத் தகுந்த ஆய்வுகளை வெளிக்கொணர்ந்து வருகிறது.

யூன் 80 இதழில் *'சமர்'* - *'அலை'* இவை பற்றிய ஒரு பக்கக் குறிப்பு 'அலையில் மிதக்கும் கைலாசபதி என்னும் தலைப்பிட்டு வெளியிட்டுள்ளது. ஈழத்து இலக்கிய போக்குகளில் சரியான திசைவழியையும் *'சமர்'*, *'அலை'* சம்பந்தமான பகிரங்கப்படாத நிகழ்வுகளையும் சரிவர அறிந்து கொள்ளாமல் *'அலை'*யின் 'மாய்மாலத்தை' உண்மையெனக் கருதி ஒருபக்க சார்பாக கருத்துத் தெரிவித்தமை வருந்தத் தக்கதே. வெறும் நம்பிக்கைகளும், ஊகங்களும் உண்மைத் தோற்றங்களாகா. பல நூல்களிலும் அறியப்பட்ட நியாயங்களின் அடிப்படையிலேயே எனது கருத்தும் தீர்மானமாக வெளிப்படுத்துவது 'கனதி'யான சஞ்சிகைக்கு சாலப் பொருத்தமானதாகும்.

'தாமரை' ஆசிரியர் குழுவைச் சேர்ந்த சோமு சமீபத்தில் இலங்கைக்கு வந்திருந்தார். தமிழ்நாட்டிலிருந்து வெளிவரும் *விகடன், குமுதம், இதயம், சாவி* போன்ற பல லட்சம் பிரதிகள் விற்பனை செய்யப்படும் சஞ்சிகை நிறுவனங்களுக்கிடையில் நடைபெறும் சந்தைப் போட்டிகளையும், அசுரத்தனமான வியாபார ஆக்கிரமிப்புகளையும் இதற்கு விலையாகிப் போகும் தலைசிறந்த படைப்பாளிகள், பத்திரிகையாளர்கள் பற்றியும் ஆச்சரியம் தரும் பல தகவல்களைத் தெரிவித்தார். *"தாமரை"*யை உண்மையான மக்கள் சஞ்சிகையாக மாற்றுதல் விற்பனை பரவலாக்குதல் பற்றி இவர் தெரிவித்த சில கருத்துகள் இங்கு சர்ச்சையை கிளப்பிவிட்டுள்ளது. தரத்தை பேணுதலும் பரந்துபட கொண்டு செல்லுதலும் இன்றைய சமூக சூழலில் முரண்பாடான நிகழ்ச்சிப் போக்குகள் சாத்தியமற்றதும் கூட என சிலர் கருத்து தெரிவித்தனர். ஆயினும் அதற்கான போராட்டங்களும்

முயற்சிகளும் வளர்த்தெடுத்தல் பயனுள்ளதே என "சமர்" கருதுகின்றது.

ஒரு 'முற்போக்கு' எழுத்தாளரின் சிறுகதைத் தொகுதி வெளியீட்டு விழாவில் சமீபத்தில் கலந்து கொள்ள நேர்ந்தது. மிகச் சொற்பார்வையாளரே வருகை தந்திருந்தனர். அறிமுகவுரை, விமர்சனங்கள், அபிப்பிராயங்கள் நன்றியுரையாகவும் அமைதியாக நிகழ்ந்து முடிந்த பின் எங்கிருந்தோ பல திசைகளிலும் இருந்து கமராக்கள் திடீரென முளைத்து எழுந்தன. திடீர் பரபரப்புக்கான காரணத்தை அறிய முயல்கையிலேயே 'குட்டிப் பிரமுகர்கள்' சிலர் 'கமரா'வுக்கு போஸ் கொடுத்துக்கொண்டு 'சிறப்பு' பிரதிகளை வாங்குவதற்கு அன்பளிப்புகளுடன் தயாராக நின்றனர். இந்த அசிங்கத்தை பார்த்த பலர் முகச்சுளிப்புடன் சபையிலிருந்து வெளியேறவும், அந்த சிறுகதை ஆசிரியரோ தனக்கும் இதற்கும் சம்பந்தம் இல்லாதது போல் தலையை எங்கேயோ தொங்கப் போட்டுக் கொண்டிருந்ததைப் பார்க்கப் பரிதாபமாக இருந்தது

◉

அதிர்வுகள் 06

1ம் மனிதன்: என்ன நடந்தது?

2ம் மனிதன்: ‘எங்கள் வீட்டுச் சாமான்களையும் கோழிகளையும் எடுத்துக் கொண்டு போய்விட்டார்கள் தொரைகளே’

1ம் மனிதன்: என்ன? கோழியா...?

2ம் மனிதன்: ‘ஆமாம் தொரைகளே’ 12 பவுண் தங்க நகைகள் வெங்கல சாமான்கள் ஆடுகள் கோழிகள் எல்லாவற்றையும் கொண்டு போய்விட்டார்கள்.

3ம் மனிதன்: (சிரித்துக் கொண்டே) ஈழம் தெரியுமா...?

2ம் மனிதன்: ‘ஈழம் எங்களுக்கு எப்படித் தெரியும் ‘தொரைகளே’ அய்ம்பது வருசமாக நாங்கள் இந்தத் தோட்டத்தில் தான் இருக்கிறோம்’.

1ம் மனிதனும் 3ம் மனிதனும், 2ம் மனிதனின் பாதிக்கப்பட்ட அந்த ‘லயத்தின்’ உள்ளே சென்று பார்வையிட்டனர்.

3ம் மனிதன்: ‘நவீன வீடுகளா?’

4ம் மனித்ன்: ‘இரண்டு அறைகள் கொண்ட இவ்வாறான வீடுகள் தான் நவீன வீடுகள்’

2ம் மனிதன்: ‘பிரஜா உரிமை இருக்கிறா?’

4ம் மனிதன்: ‘பிரஜா உரிமை விசாரணைக்கு போய் வந்தோம்’

1ம் மனிதன்: ‘ஊர் இதுதானே’ (மீண்டும் கேட்டார்)

4ம் மனிதன்: 'வேறு எங்களுக்கு எங்கே 'தொரை' ஊர் இருக்கிறது'

1ம் மனிதன்: (3ம் மனிதனை சுட்டிக் காட்டி) இவர் தான்

3ம் மனிதன்: 4ம் மனிதன் தெரியுங்க 'தொரை,

1ம் மனிதன்: குழப்பம் செய்த ஆட்களைத் தெரியுமா?

2ம் மனிதன்: 'ஒரு சிலரைத் தெரியும் மற்றவர்களைத் தெரியாது'

குறிப்பு: 1ம் மனிதன்! கௌரவ பிரதமர், 2ம் மனிதன் சுப்பன் என்னும் தோட்டத் தொழிலாளி. 3ம் மனிதன் அதி உத்தம ஜனாதிபதி, 4ம் மனிதன் சுப்பனின் மகன் பண்டாரம், (ஆதாரம்: தினபதி 04.09.81) மேற்கண்ட சம்பவத்தில் நாம் காணும் உண்மை என்ன? காலம் காலமாக உதிரத்தை சிந்தி இந்த நாட்டிற்காக உழைத்த தோட்டத் தொழிலாளர்களான பாட்டாளி மக்கள் ஏனைய இந்த நாட்டில் வாழும் தமிழ் மக்களை விடவும் இன வெறியர்களால் தாக்கப்படுவதும், உயிர் இழப்புகளும், சொத்துகள் சூறையாடல்களும் சாதாரண நிகழ்வுகளாகி விட்டன. இந்த நாட்டிலே அதிகாரத்தில் உள்ளவர்கள் அவர்களது இருப்பையே சந்தேகிப்பதும், பொய்யான குற்றங்களை அவர்கள் மேல் சுமத்துவதும் இயல்பாகி விட்டது. இந்த பாட்டாளிகளுக்கு தலைமை கொடுப்பதாகக் கருதப்படுவோர் 'ஒப்பந்தங்கள்' 'சமரசங்கள்' இல் இன்னும் நம்பிக்கை வைத்திருப்பது அவர்களது வர்க்க நிலைகளையே வெளிப்படுத்தும்.

மே முதல் திகதியில் *'a world to win'* என்னும் புரட்சிகர அர்த்தமுள்ள பெயரில் ஒரு சஞ்சிகையை பிரிட்டனில் உள்ள 'red star publications' மிக அழகான பதிப்பில் வெளியிட்டுள்ளது. சர்வதேசிய மார்க்சிய லெனினிய மாவோ சிந்தனை வழிப்பட்ட வெவ்வேறு நாடுகளைச் சேர்ந்த பதின்மூன்று புரட்சிகர இயக்கங்கள் (கட்சிகள்) இணைந்து இச்சஞ்சிகையை ஆங்கிலம், பிரெஞ்சு, ஸ்பானிய மொழிகளில் ஒரே நேரத்தில் வெளியிட்டு வருகின்றன. சர்வதேச ரீதியாக கம்யூனிச கோட்பாடுகள் அரசியல் சித்தாந்தங்கள் பற்றிய விளக்கங்களும், கம்யூனிஸ நாடுகளில் நடைபெற்று வரும் மாறுதல்கள் இயக்கப் போக்குகள் நிர்வாக அணுகுமுறை முரன்பாடுகள் பற்றிய பரிசீலனைகளை

மிகத்தெளிவான கண்ணோட்டத்தில் முன்வைத்துள்ளமை, மார்க்சிய சித்தாந்தத்தில் பிடிப்புள்ளவர்களிடையே நிலவும் அதிருப்தி, அவநம்பிக்கை, குழப்பங்கள் தீர்வதற்கு உதவக் கூடும். குறிப்பாக முதலாவது இதழில் வெளிவந்துள்ள கட்டுரைகள். நமது நாட்டு இலக்கிய இயக்கங்களில் பங்கெடுத்தவன் என்ற முறையிலும், அவதானி என்ற முறையிலும் எவ்வித தயக்கமுமின்றி நான் ஒன்றைக் கூறலாம்.

மார்க்சிய சித்தாந்தங்களில் நம்பிக்கை கொண்டிருக்கிறார்களோ, இல்லையோ, கலை இலக்கியங்களின் உண்மையான மாணவர்களின் நிலைப்பாட்டை சமுத்திரன் தனது கட்டுரையில் (ல.கா. மலர் 8, இதழ் 9) ஒளிவு மறைவின்றிப் பிழையாகவே விளங்கப்படுத்தியுள்ளார்.

அப்பட்டமான பிரச்சார வாடையைத் தவிர்க்கும் பொருட்டு, சோஷலிஸக் கருத்துகளை அல்லது சமூகவியல் சார்ந்த எதிர்ப்புகளைத் தெரிவிக்கும் படைப்புகளில் அழகியல் அம்சங்களும் இடம்பெற வேண்டும் எனக்கோருபவர்கள் அனைவருமே உருவவாதிகள் என்றும் உருவவாதிகள் அல்லது உண்மையான கலைஞர்கள் வடிவம் அல்லது அழகிற்கு அதிமுக்கியத்துவம் கொடுக்கின்றனர் என்றும் சமுத்திரன் குற்றஞ்சாட்டுகிறார். இது உண்மையல்ல; மேலும், கருத்தொன்றைப் பரப்ப, வெகுசன இயக்கத்தின் கருவிகளில் ஒன்றாக கலை, இலக்கியமும் பயன்படும். அதே வேளையில், அவை அழகியல் ரீதியாகவும் திருப்தியளிக்க வேண்டும், அவ்வாறிருக்காவிட்டால், கலை, இலக்கிய நுகர்வோர், கலை இலக்கியங்களை நாடவேண்டிய அவசியமே ஏற்படாது! வாழ்க்கை பற்றிய மார்க்சிய நோக்கையறிய அவர்கள், அவ்வித நோக்கு பற்றிப் பேசும் பொதுக் கூட்டம் ஒன்றிற்குச் சென்று திருப்தியடையலாம்.

என்னதான் கூறினாலும், மார்க்சிய அணுகுமுறை தவறுகளே இல்லாத அணுகுமுறையல்ல. வாழ்க்கையின் சரியான பார்வையைத் தெரிவிக்கும் ஒரேயொரு அணுகுமுறையும் அதுவல்ல. வாழ்க்கை பற்றி முழுமையாகவும் வித்தியாசமாகவும் 'ஆழ அகலங்களுடன் மதிப்பிட உதவும் வேறு பார்வைகளும் உள்ளன.

ஈழத்துச் சூழலுக்குப் பொருத்தமான முற்போக்கு இலக்கியங்களுக்கிணங்கிய அழகியல் தரநிர்ணயங்களை உருவாக்க சமுத்திரன் விரும்புகிறார். ஆனால் ஏற்கனவே தமிழ் நாட்டிலுள்ள மார்க்சிய விமர்சகர்கள் யாவும் உள்ளடக்கிய சித்தாந்த முறையை உருவாக்க முற்பட்டு வருகின்றனர். ஈழத்துத் தமிழ் மார்க்சிய விமர்சகர்கள் இவர்களினால் பயனடையலாம்.

இருந்த போதிலும் சமுத்திரனின் கூற்றொன்றில் எனக்கு உடன்பாடே. அதாவது, தொழிலாளர் வர்க்க உள்ளடக்கத்தையும் பூர்ஷுவா வடிவத்தையும் சேர்த்து வைப்பது உண்மையில் சரியில்லைத்தான். ஆனால் வசதியான ஒரு செயற்பாட்டுமுறை என்னவெனில், பாட்டாளி வர்க்க இலக்கியத்தைப் பாட்டாளி வர்க்க இலக்கியம் என்றும் மத்திய தர அல்லது மேல்குடி வர்க்க இலக்கியத்தை பூர்ஷ்வா இலக்கியம் என்றும் கணிப்பதுதான், உண்மையில் குழப்பம் எங்கு எழுகின்றது என்றால், உலகப் பொதுமை கொண்ட கலை, இலக்கிய கடலிடையே, சித்தாந்தக் கலை வடிவத்தைக் கொண்டு வரும் பொழுதுதான் இக்குழப்பம் ஏற்படுகிறது. அத்துடன் சகலவிதமான கலை, இலக்கியங்களையும் அளவிட மார்க்சிய அளவு கோல்களைப் பயன்படுத்தும் பொழுதும் இந்தக் குழப்பம் ஏற்படுகிறது.

எனவே, நான் இங்கு சூசகமாகத் தெரிவிக்கும் கருத்து ஏற்றுக்கொள்ளப்படுமா பின், பாட்டாளி வர்க்க இலக்கியமும் மேல் குடிவர்க்க இலக்கியமும் மருவி வளர முடியும். (அவை அவ்வாறு அருகருகே வளர்ச்சியுற வேண்டும் என்றே விரும்புகிறேன், அப்பொழுது நான் காட்சியின் மற்றப் பக்கத்தையும் நாம் பார்க்கக் கூடியதாக இருக்கும், காட்சி பற்றிய மூன்றாவது பார்வைக்கும் இடம் ஏற்படுகிறது) கலை, இலக்கிய மாணவன் என்ற முறையில் குறைந்தபட்சம் எனக்காறுதல், பெரும் ஆனந்தம் ஏற்பட இம்முறை உதவுகிறது. வெவ்வேறு தத்துவங்கள் அல்லது சிந்தனைகளின் (மார்க்சியம், எக்சிஸ்டென்ஷலிஸம், ப்ரொய்டிசம்) போக்குகளையறிந்து கொள்ளவும் மார்ச்சிய அணுகுமுறையில் மாத்திரம் நோக்காது அவற்றில் ஈடுபடவும் உதவுகிறது. மார்க்சிய அணுகுமுறை மாத்திரமே சரியான நோக்கல்ல என்பதற்குக் காரணம், மார்க்சியமே மாற்றத்திற்குரியது. அது இன்று அதன் வீரியத்தை இழந்து வருகிறது. அல்லது வேறு திசைகளில் வடிவமெடுத்து

மூலவடிவத்தை இழந்து வருகிறது. திரிபுவாதம், மாவோயிசம், சீனத்துப் புதிய தலைமை, அய்ரோப்பிய கொம்யூனிஸம் போன்றவை இவ்வாறு எண்ணத்தோன்றுகிறது.

இது விஷயமாகக் கடப்பாடுடைய சித்தாந்தவாதிகள் விவாதிப்பது போன்ற முறையில் என்னால் விவாதிக்க முடியாது என்பதை நான் ஏற்றுக் கொள்ள வேண்டும்.

நமது நாட்டு மார்க்சிய விமர்சகர்களை விட மிகவும் பரந்த அடிப்படையிலும், உலகளாவிய விதத்திலும் கலை, இலக்கியங்கள் பற்றி விளக்கிக் கூற தமிழ் மார்க்சிய விமர்சகர்கள் முற்படுகிறார்கள் என்ற தகவலையும் இங்கு நான் குறிப்பிடலாம். ஆயினும், மார்க்சிய சித்தாந்த நிலைப்பாடுகளை விவாதிக்கவும், மறுக்கவும் தகுதியற்றவர்களாக ஈழத்தின் தற்போதைய உருவவாதிகள் இருக்கிறார்கள் என்ற சமுத்திரனின் கூற்று சரியானதே.

அழகியல் எனப்படும் எதையுமே, பூர்ஷுவா அழகியல் அல்லது மேல் குடி மக்களின் அழகியல் என்று ஒதுக்கிவிடும் ஈழத்து மார்க்சிய விமர்சகர்கள் போலல்லாது இலக்கியப் பயன் மதிப்புகள் அல்லது விழுமியங்களை ஏற்றுக் கொள்ளும் பரந்த நோக்கைத் தென்னிந்திய மார்க்சிய விமர்சகர்கள் காட்டுவதனால், அவர்களிடமிருந்து நமது நாட்டு தமிழ் மார்க்சிய விமர்சகர்கள் பயனடையலாம்.

இது உண்மையிலேயே ஒரு வருந்தத்தக்க நிலைதான் 'மார்க்சிஸ்ட்ஸ் ஒன் லிட்டெச்சர்'. (இலக்கியம் பற்றி மார்க்சியவாதிகள்) என்ற டேவிட் கிரெய்க் தொகுத்த நூலை நான் படித்த மட்டில், மார்க்சியத்துக்கு எதிரானதே உருவவாதம் என்று விவாதத்தை மலினப்படுத்த முடியாது என்ற புத்தறிவையும் பெற்றேன். உதாரணமாக: ரெமண்ட் உவிலியம்ஸ், ஆர்னல்ட் கெட்டில், டேவிட் க்ரெய்க் போன்ற பிரிட்டிஷ் விமர்சகர்கள், இலக்கியத்தை மார்க்சிய நோக்கில் மாத்திரம் அணுகாமல், முழுமையாகக் கூட்டுமொத்தமாக மதிப்பிடுகிறார்கள்.

எனது கருத்தை விளக்க வேண்டுமாயின், டேவிட் க்ரெய்க்கின் கூற்றொன்றைச் சான்றாக தர விரும்புகிறேன்.

ஒருவரின் வாழ்க்கையை மாற்ற அல்லது செயலில் தாக்கத்தை ஏற்படுத்த இலக்கியம் உதவுமாயின், அவ்வித பிரயோகத்திற்கான உபாயத்தைத் தருவதனால் நிச்சயமாகக் இலக்கியம் பயன்படப் போவதில்லை. உண்மையில், "உணர்வுரீதியாவும், சிந்தனை ரீதியாகவும், எம்மில் ஒருவித ஆதங்கத்தை ஏற்படுத்த இது சாத்தியமாகும். எவ்வாறெனில், இவ்விதமான பல அனுபவங்களின் பின்னரும், அவ்வனுபவங்களுடன் இணைந்து செயற்படும் ஏனையவற்றின் தாக்கத்தினாலும், ஏதாவதொன்றைச் செய்ய அல்லது நாமே நமக்குள் ஒரு கேள்வியை எழுப்ப எமக்குள் ஓர் உந்துதல் ஏற்படுகிறது. இவ்விதமான நிலையிலேயே நாம் நம்மைக் காண்கிறோம். செயலைத் தூண்ட ஒரேயொரு பாதை அல்லது காரணி மாத்திரமில்லை, நாம் செயற்படும் பொழுது நமது ஆளுமை முழுவதுமே அதில் ஈடுபடுகிறது. எமது அனுபவத்தைப் பரவலாக்குவதன் மூலமும் அதனைத் தேர்ந்தெடுப்பதன் மூலமும் எமது ஆளுமையை வார்த்தெடுக்கவோ ஏனைய சத்தியுடன் மீளிணையவோ இலக்கியம் உதவுகிறது." எனவே, கலை இலக்கியங்கள் பற்றி நோக்கும் பொழுது அவற்றை முழுமையான அனுபவங்களாகக் கருதுவோமே அன்றி உடைந்த சிறுசிறு அனுபவங்களாகப் பார்க்காது விடுவோமாக.

மேற்கண்டதே நான் லங்கா கார்டியனில் எழுதிய ஆங்கிலக் கட்டுரையின் தமிழாக்கம் விளங்க வேண்டும். புளோலிட்டேரியன் இலக்கியம் பாட்டாளி வர்க்கம், பூர்ஷ்வா இலக்கியம் மேல் குடிவர்க்கம் ஆகியன நிதர்சனங்கள். பாட்டாளி வர்க்க இலக்கியம் மாத்திரமே இலக்கிய அனுபவமுமல்ல. அதே போல பூர்ஷ்வா இலக்கியம் வாழ்க்கையின் முழு அனுபவங்களுமல்ல. இரண்டும் முழுமையாக பார்க்க உதவுகின்றன.

எனவே இரண்டுமே தேவைப்படுகின்றன. வெறும் அரசியலுக்காக கலை, இலக்கியங்களைப் பயன்படுத்த முற்படும்பொழுது, கலை இலக்கியங்கள் வெறும் அரசியலாகவே (எந்தவித அரசியல் தான் என்றாலும் - முதலாளித்துவமோ, சோஷலிசமோ) மாறிவிடுகின்றன. அரசியலும் கலையும் பிணையும் போது உன்னதப் படைப்புகள் உருவாகின்றன. அரசியல் மாத்திரம் மிஞ்சி நிற்கும் பொழுது கடப்பாட்டு (கொமிட்டட்) வக்கிரமாகவே

நின்று விடுகிறது. அதனால் கொமிட்டட் இலக்கியத்திற்கு இடமில்லை என்றில்லை. ஆனால் அது தாக்குப் பிடித்து நிற்காது என்ற யதார்த்த அனுபவம் ஏற்பட்டதாலோ என்னவோ மார்க்சிய எழுத்தாளர்கள் காலப்போக்கில் மார்க்சியத்தின் அழகியல் கோட்பாட்டில் நம்பிக்கை இழந்தனர்.

மேல் நாட்டிலக்கியத்தில் பல உதாரணங்கள். மார்க்சிய சித்தாந்தம், ஒரு லட்சிய வரவேற்கத்தக்க கனவுதான். ஆனால் நடைமுறையில் அது முற்றுமுழுதான செயற்பாட்டுத்தன்மை கொண்டதல்ல. 'சொல்லும் செயலும் இணைந்ததல்ல.

பாட்டாளி வர்க்கத்தின் சர்வாதிகாரம் வந்தாலும், உலகநெறிக் கேற்ப, வர்க்க பேதங்கள் வெவ்வேறு விதங்களில் (பணக்காரன், வறியவன் என்ற அடிப்படையில் அல்ல) மீண்டும் உருவாகத்தான் செய்யும். சர்வதேச அரசியல் அரங்கில் நல்லதும் கெட்டதுமாக ஒரே மாற்றங்கள் ஏற்பட்டு வருகின்றன; மார்க்சியமே வெவ்வேறு அர்த்தங்களைக் கொணரும் பொழுது, 1930களில் நிலவிய மார்க்சிய இலக்கியக் கொள்கை இன்று அர்த்தமுடையதாக இருக்குமா என்ன என்பதே எனது கேள்வி.

◉

அதிர்வுகள் 07

'அலை' 31 ஆவது இதழில் (சித்திரை 1988) எனது அரசியல் கலை இலக்கிய தொடர்புகள் பற்றியும் எனது சிறுகதைத் தொகுதி 'வலை' பற்றியும் 'பயணி' என்னும் பெயரில் ஒளித்திருக்கும் அ. யேசுராசா கொச்சைத் தனமாக எழுதியிருந்தார். இவரது கீழ்த்தரமான தாக்குதல்களுக்கு இவர் கூறும் காரணம் *'ஈழமுரசு'*வின் இலக்கியச் சாளரத்தில் அலை, அலையோடு தொடர்புடையவர்கள் பற்றி நான் ஆக்ரோசமாக தாக்கி எழுதியிருக்கிறேன் என்பதே அப்போதய இலக்கியபோக்குகள் குறித்தும் பின்னணியாக உள்ள அரசியல் நிலைமைகள் குறித்தும் பொதுவாகவே நான் எழுதியிருந்தேன். ஆயினும் அலை, அலை சார்ந்தவர்களுக்கு தொப்பி அளவாகத்தான் அமைந்துவிட்டது.

ஆனால் உண்மையில் அவரது சினத்திற்குக் காரணம் அவரது கவிதைத் தொகுதியான *'அறியப்படாதவர்கள் நினைவாக...!'* நூலின் விமர்சன அரங்கில் சபையோர் குறிப்புரையின் போது "யேசுராசா சில நல்ல கவிதைகளை எழுதியிருக்கிறார். ஆனால் நல்ல கவிஞனாக உருவாகவில்லை" என நான் கூறியிருந்ததே. விமர்சன அரங்கில் வாசிக்கப்பட்ட க. சிவத்தம்பி அவர்களின் விமர்சன கட்டுரையிலும், திருமதி சித்திரலேகா மௌனகுருவின் விமர்சனத்திலும் இதே கருத்து நிலவியதை கவனிக்கக் கூடியதாக இருந்தது. யேசுராசா விமர்சனங்களை ஜீரணிக்க முடியாத இலக்கிய நோஞ்சானா?

சரி என்னைப் பற்றி 'அலை'யில் எழுதியிருந்த கருத்துகளுக்கு வருவோம் (1) "சீனச்சார்பு கம்யூனிஸ்டாக தன்னைக் காட்டிக் கொண்ட டானியல் அன்ரனி ஒரு காலத்தில் 'அண்ணை - அண்ணை! என்று சொல்லியபடி ரஷ்யச் சார்பாளரான டொமினிக் ஜீவாவிற்கும் மல்லிகைக்கும் பின்னால் திரிந்தார்; பிறகு டானியலோடு சேர்ந்து கொண்டு ஊர் ஊராக அவரோடு

கூட்டங்களுக்குச் சென்று அவரைப் புகழும் 'நகர்ந்து செல்லும் குழு'வில் (தேர்தற் பேச்சாளர்களைப் போல) ஒருவரானார். பிறகு 'சமர்'க் காலத்தில் கைலாசபதியின் வரட்டுக் கருத்துகளுக்கு வக்காலத்து வாங்கியபடி அவர் குடை நிழலில்' நின்றார். இலக்கிய ஸ்தானங்கள் வாய்ப்புகளிற்காகவே பிரபலமானவர்களுடன் ஒட்டி நின்றார். இன்று *ஈழமுரசி*லுள்ள தனது இரண்டொரு இலக்கிய நண்பர்களுடன் ஒட்டிக் கொண்டு வேறு முகம் காட்டுகிறார். (2) ஆனால் தேசிய இன ஒடுக்குமுறைகள் பற்றி கதைப்பதை எழுதுவதை 'பிற்போக்கு' என்று முத்திரை குத்திய 'முற்போக்குக் கும்பலுடன்' இன ஒடுக்குமுறைகளிற் கெதிரான கலை இலக்கியங்கள் ஒரு காலம் வரை முனைப்புடன் வளர்ச்சியடைவதைத் தடுப்பதில் முக்கிய பங்காற்றிய கைலாசபதியுடன் இவர் தான் நின்றிருக்கிறார்; அக்காலங்களில் பொதுப் பொருளாதாரம், இல்லையென்று சொல்லி எம்மைத் தேசிய இனமாக அங்கீகரிக்க மறுத்த சிறியதொரு கட்சியின் சார்பாளராக இருந்திருக்கிறார்"

மேற்குறிப்பிட்ட விடயங்கள் அரசியல் கலை இலக்கிய நண்பர்களுடன் எனக்கிருந்த உறவு பற்றி குறிப்பிடுகின்றன. டொமினிக் ஜீவா, கைலாசபதி, டானியல் போன்றவர்களுடன், அரசியல் கலை இலக்கியம் பற்றிய கொள்கைகளில் சில கருத்து வித்தியாசங்கள் இருப்பினும் இவை எமது நட்புக்கு தடையாக இருக்கவில்லை. கருத்து முரண்பாடுகளை பேசி விளங்கிக் கொண்டிக்கிறோம். ஏன் நட்புக்கு எந்தவிதத்திலும் அருகதையற்ற யேசுராசாவுடன் கூட நண்பனாக இருந்திருக்கிறேன். டானியலின் நூல்களை கூட்டங்களில் சரியாகவே விமர்சித்திருந்திருக்கிறேன். கைலாசபதி, கவிஞன் நீலாவாணன், மஹாகவி, மு. தளையசிங்கம் போன்ற படைப்பாளிகளை விமர்சனத்திற்கு உட்படுத்தாமல் புறக்கணித்தமைக்கு எனது அதிருப்தியை பகிரங்கமாகவே தெரிவித்திருக்கிறேன். டொமினிக் ஜீவாவிற்கு எனது அரசியல் நிலைப்பாடு தெரியும்.

ஆரம்பத்தில் 'பச்சை' தமிழரசுக் கட்சிக்காரனாக தொடர்ந்து 'சூரியனுக்கு' புள்ளடி போட்ட யேசுராசா, சீனசார்புடைய இலக்கியவாதிகளாக இருந்த நுஃமான், சிவசேகரம், சண்முகம் சிவலிங்கத்தோடு எப்படி நட்பு வைத்திருக்க முடிந்தது. இவர்கள் எல்லோரும் கைலாசபதியின் நண்பர்களும், முற்போக்கு

அணியை சேர்ந்தவர்களும் அல்லவா முற்போக்கு அல்லாத மு. புஸ்பராசா, குப்பிளான் ஐ. சண்முகன், இமையவன் ஆகியோர் எப்படி அலையில் இணை ஆசிரியர்கள் ஆனார்கள்? (பிறகு ஒவ்வொருவராக கழன்று போனார்கள்)

பிரபஞ்ச யதார்த்தவாதியான மு. தளையசிங்கத்தின் சீடப்பிள்ளைகள் மு. பொன்னம்பலம், சு. வில்வரெட்டினம் ஆகியோருக்கும் இவருக்கும் இடையேயுள்ள நெருக்கம் எப்படி? 'தமிழியல்' பத்மநாப அய்யர், மயிலங்கூடல் நடராஜன் ஆகியோர் இவரது அரசியல் கருத்துகளுக்கு உடன்பாடானவர்களா? யேசுராசாவிற்கு எத்தனை 'முகங்கள்'.

கைலாசபதி கொழும்பில் (பல்கலைக்கழகத்தில்) இருந்த காலத்தில் கொழும்பு கலை இலக்கிய நண்பர்களுடன் சேர்ந்து கைலாசபதியை தரிசிக்க அடிக்கடி வீட்டிற்கு போய் வந்ததும், அவரது ஆசீர்வாதம் கிடைக்காமல் போகவே தூற்றித் திரியத் தொடங்கினார்.

இதே போன்று டானியலிடம் தனது சிறுகதைகளை காவித் திரிந்து 'பார்த்துத் தரும்படி' கேட்டதும் 'சிறுகதைகளா? இவை' என டானியல் கேட்டதும் அவரைப் புறங் கூறத் தொடங்கியதும் சிறியதொரு கட்சியெனவும் தமிழ் இனத்தை தேசிய இனம் என அங்கீகரிக்க மறுத்தார்கள் எனவும் இவரால் நையாண்டி செய்யப்பட்ட கம்யூனிஸ்ட் கட்சியின் பொதுச் செயலாளர் தோழர் சண்முகதாசனின் கொழும்பு வீட்டிற்கு அடிக்கடி நண்பர் கேதாரநாதனுடன் சென்று அரசியல் ஞானம் பெற்றதும் "பிடிக்காத ஆளாச்சே" என்று நண்பர் ஒருவர் கேட்ட போது "சண்முகதாசன் திருந்தி விட்டார்" (திருந்தியது யார்? சண்முகதாசனா யேசுராசாவா?) எனக் கூறி அவரது ஆங்கில நூல் ஒன்றை தமிழில் மொழி பெயர்த்து "பாசறை" வெளியீடாக வெளியிட இவர் முயற்சி செய்ததும் பலருக்கும் தெரியாத உண்மை. கருத்து முரணுள்ள பல்வேறு அணியினருடனும், நட்புக் கொண்டிருந்த இவரும் தான் 'பிரபல்ய' வாய்ப்புக்காக அலைந்திருக்கிறாரா? எத்தனை காலம் தான் இப்படி ஏமாற்றுவார் யேசுராசா. முதலில் கிழிக்க வேண்டியது இவருடைய முகமூடி என்பதை அதிவிரைவில் காலம் சொல்லும். இன்னும் வரும்.

◉

கவிதைகள்

காத்திருப்பு

கருக்கலின்,
கனத்த இருள்
கலையுமுன்னே கண்விழிப்பு
கடலில்
கால்கள் புதைய
கடுகடுத்த காற்றில்...
கடும் குளிர் சிலிர்ப்பு
கரையைவிட்டு
கலம் நகர்கிறது
அலைகளை எதிர்த்து...
ஆண்மை கொண்டும்
கலம் நகர்கிறது...
வெய்யிலில்,
வெம்தணல் தகிக்க...
வெந்த உடல்கள்...

உழைப்பைத் தின்றும்
இழுப்பைத் தொடர்கிறது
ஒரு பகல் பொழுது,
இழுப்பது... ஏறுவது...
சுரைந்தது.... ஓடியே...

ஒரு சாதி மச்சமில்லை
இருள் முளைத்தது
கரையைத்தேடி
கனவுகளின் கவர்பின்
காத்திருப்பு நின்றது...

– உதயன், சமர், யூலை 79

அடிமையின் மடல்

என் இனியவளே!

இது நமக்கு இலையுதிர் காலம் இன்னல்களை இடறல்களை இதயம்
தீர்மானிக்கட்டும் விட்டு விடு
நாட்டு நன்றிய
ஒட்டிய வயிற்றை உமிழ் நீரால்
நனைத்து காசின்றிவீசும் காற்றினால் நிரப்பிக்கதொள் வானமுகட்டின்
எரிகின்ற வெள்ளி விளக்குகள் வெளிச்சம் காட்ட சாலை ஓரத்து
சாக்கடைகளில்,
தூசு நிலங்களில் பள்ளி கொள்ளுங்கள்
மின்னல் வாள்கொண்டு மேகம் கிழிபட
கொட்டும் மழை, பனியில் உதிரும் சருகுகளை உடையாக்கிக்
கொள் சாதிக்கவே எம் அரும்புகளை தளிர்களை இருட்சிறையின்
இரும்புக் கம்பிகளின் இடிபாடுகளுள் கொடிய மனங்களில் நெடிய
ஆக்கினைகளில் எம்மை நெருக்கும் இவ் வேதனையில் எங்கேயோ,
ஏகாந்தமாய் வசந்தத்தின் வருகைநோக்கி! புதுமைக் குயில்கள் குரல்
எழுப்புவது துல்லியமாகக் கேட்கிறது! வசந்தம் வரும் வசந்தம் வரும்
கலங்கிடாதே கண்ணே!

– உதயன், அக்னி, யூலை 1975

இரு கவிதைகள்

உயிர் தரித்தல்

அன்றும் அப்படியே வாக்குப் பொறிக்கிகளின்
தேர்தல் கேளிக்கைகள் வீரப்பேச்சுக்கள்
ஆரவாரங்கள் சவால்களில் சலிப்புற்றிருந்தேன்.
வேளைக்கே நித்திரை வந்தது,
வீதியில் திடீரென அசாதாரண இரைச்சல்கள்
நித்திரை நிலை கொள்ளவில்லை.
வீதிக்கு வந்து வாசலில் நின்று பார்த்தேன்.
'திமு...திமு...வென சனக்கூட்டம்
எங்கேயோ ஓடி மறைகின்றனர்
பீதியில் இருவர், வீதியில் பேசிச் செல்கின்றனர்.
தேர்தல் கூட்டம் குழம்பிப் போச்சு...
பொலிஸ்காரர் சுடுபட்டிற்றாங்க...
"என்னுள் எதுவோ, குரல் வைத்தழுதது.
நாளை என்னவோ நடக்கப் போகுது!
நாளை என்னவோ நடக்கப் போகுது!"

ஆகஸ்ட் 77.

அடுத்து வந்த நாட்கள் தேர்தல் முடிந்ததும்
தெருவெல்லாம் நாய்கள் போல் சதை சிதறி...
குருதிச் சேற்றில் தமிழர் உடல் தகனமான
நினைவுகள் வதைத்திட்டது,
நித்திரை வரவில்லை...

அதிகார வகுப்பினர் அமர்ந்திருந்து,
அரசு செய்யும் அமைப்பு அசைந்துவிடாது.
பாதுகாக்கும், பாதுகாவலர்,
சிலர் உயிர், எத்தனை தமிழர் உயிர்களை வின் கேட்கும்!
என்னுள் எதுவோ குரல் வைத்தழுதது!
நித்திரை நினைவுகளில் சமைந்தது புலர்ந்தது
புதிய அதிகாலை, புலர்ந்த பின் சேதிகள் தெரியவந்தது...

புதிய குருதிகள் தெருவில் சிந்தின.
உயிர்கள், உயிர்கள் உயிர்கள் போனதன் பிறவும்
வீடுகள் வாசல்கள், கடைகள், நூல்நிலையம்
வெந்து கருகிக் கிடந்தன:
வள்ளுவன் தலை சரிந்து கிடந்தது...
தார்மீக'க் காந்தியின் கரங்கள்
'தர்மிஸ்டர்களே ஒடித்திருந்தனர்
நெருப்புப் புழுதிகளில்...
கனத்த சப்பாத்துக்களின்
காலடிச்சுவடுகள் காக்கி
உடைகளில் போர்வைகள் தரித்து
துப்பாக்கிச் சனியன்கள் தோள்களில் அழுத்த
விறைப்பாக வீதிகளில், நடந்து திரிந்தனர்
அகப்பட்டவற்றை அள்ளி
எடுத்து குவித்து மறைத்தனர்
அந்தியர் படை நடத்தி, அழிந்து,
அழகு குலைந்த நகர் போல் எந்தனை கனவுகள்
எதிர்பார்ப்புகள்

– உதயன்